॥ શ્રી ગોપીજન વલ્લભાય નમઃ ॥

ષોડશ-ગ્રંથ-સાર

: સંકલન :
નયના એન. પટેલ

Become Shakespeare .com

Published in 2025
Becomeshakespeare.com

One Point Six Technologies Private Limited,
Unit No. 26, Ground Floor,
A1, Shram Safalya, Wadala Truck Terminal Road,
Near Post Office, Antop Hill,
Mumbai - 400037

ISBN – 978-93-5883-178-8

નયના નવિનચંદ્ર પટેલ

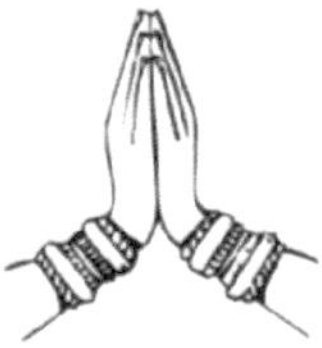

નયના એન. પટેલ
૨૦૨ શીતલ ફ્લેટ,
આવીચલ બાગની સામે,
દિવાળીપુરા, વડોદરા–૩૯૦૦૦૭.
ગુજરાત, ભારત
✆ : ૯૪૦ ૯૬૪ ૧૪૫૦

વ્હાલા વૈષ્ણવો,

જય શ્રીકૃષ્ણ, હું નયના એન. પટેલ, વડોદરા આ વિષય માટે સાવ અજાણ, અબુધ હતી. પણ શ્રીઠાકોરજી અને શ્રીવલ્લભ શ્રીગુંસાઇજી તથા શ્રીયમુનાજીની કૃપાથી આ માર્ગમાં આગળ વધી, પછી થોડો ઘણો પ્રયત્ન શ્રીવલ્લભકુળની આજ્ઞાથી પુસ્તક રૂપે રચવા કર્યો હતો. આમાં થોડા પુસ્તકો એવા છે કે નાના બાળકો તેમજ નવા વૈષ્ણવો કે જેમણે શરૂઆતમાં એ બી સી ડી શીખવાની હોય તેઓને એકદમ સરળ ભાષામાં અને ટૂંકમાં કંઇક સમજણ પડે એ હેતુથી પુસ્તક લખવાની શરુઆત કરી હતી. મોટા પુસ્તકોમાં પહેલું પુસ્તક **"પુષ્ટિ રથ"** તે પુષ્ટિ માર્ગનું સંકલન સ્વરૂપે છે, તેમાં આપણા બધા નિધિ સ્વરૂપોના ચિત્રજી તેમજ કોના માથે બિરાજે છે, કયાં બિરાજે છે, ક્યારે પાટોત્સવ થયેલો વગેરે પુરી માહિતી તેમજ બેઠકજીના સરનામું વગેરે આપેલ છે, શ્રીયમુનાજીના સ્મરણ ચિંતન માટે પણ ઘણાખરા વિષય શ્રીયમુનાજીની પુસ્તક **"નિધિ દેનહારી શ્રીયમુને"** માં છે. તેમજ **"અમરવાણી"** માં સૂરદાસજી, શ્રીગુંસાઇજી અને શ્રીગોકુલનાથજીની વાણી છે. પુષ્ટિ માર્ગનું હાર્દ **"દિનતા"** માં શ્રીહરિરાય મહાપ્રભુજીના તેર ગ્રંથો ભાવાર્થ સાથે તેમજ દિનતા માટે પુરી માહિતી છે. પુસ્તકોના પૈસા હું આપણા માર્ગની સેવા માટે જેમકે ગાયની સેવા (ગૌશાળા), બેઠકજી, વ્રજ ની બેઠક, હવેલી ના નિર્માણ– નવનિર્માણ તથા પુષ્ટિમાર્ગી ઉત્સવો અને બાળકોને ભણવા ચોપડા લાવી આપવા વગેરેમાં વાપરૂ છું. બસ એજ, આપ સર્વે વૈષ્ણવોને મારા ખૂબ ખૂબ "જયશ્રી કૃષ્ણ".

૧) પુષ્ટિરથ :

માનવ જીવનમાં સત્સંગ નો મહિમા અપરંપાર છે. સત્સંગ માટે ચિત્તશુધ્ધિ અવશ્યક છે. ચિત્તશુધ્ધિ માટે ભક્તિરૂપી જળનું નિત્યસિંચન થતું રહે એ જરૂરી છે. જ્યારે જ્યારે અમો સત્સંગ માટે ભેગાં મળતાં ત્યારે આવા કોઇ પુસ્તકના અભાવે પડતી મુશકેલી સમજાતી માટે સંકલન કરવાની પ્રેરણા થઇ. તેમજ ઘણા વૈષ્ણવો ઇચ્છા હોવા છતાં અનુકુળતાના અભાવે સત્સંગમાં આવી શકતા નહીં, તો તેઓ પણ પોતાના યથાયોગ્ય સમયે પ્રભુ સ્મરણ કરી શકે માટે સંકલન કરવાનું ઉચિત બન્યું. આ પુસ્તકમાં પુષ્ટિમાર્ગીય લગભગ બધા સ્તોત્ર તેમજ શ્રીમહાપ્રભુજી, શ્રીયમુનાજી તથા શ્રીજીબાવાના સ્મરણ માટે જરૂરી લગભગ ઘણા ખરા ટોપીક લેવા પ્રયાસ કર્યો છે. તેમજ શ્રી વલ્લભપ્રેમી વૈષ્ણવો જે સેવાકાર્યમાં જોડ્યા છે. તેમના માટે સેવાક્રમ પણ આપ્યો છે.

૨) અમરવાણી :

આ પુસ્તિકામાં અષ્ટછાપ–શિરોમણી મહાકવિ સૂરદાસજીની વાણી,

અનહદ કૃપા કરી તેને સૂર, હરિરસ સ્વાદ ચખાવન મેં
દાસભાવસોં અર્પન હૈ યા, ગ્રંથ તિહારે ચરનન મેં

પરમદયાળ પ્રભુચરણ શ્રીગુંસાઇજીની વાણી,

દવાદશનિકુંજવાર્તા યા યૈઃ સંપાદિતાદ્દ્ભૂતા,
વંન્દે તં વૈષ્ણવાધીશ ગોસ્વામી શ્રીવિઠ્ઠલેશ્વરમ્

તેમજ માલા તિલક રક્ષક શ્રીગોકુલનાથજીની વાણી

પ્રણિતા ખટત્રતુવાર્તા દિવ્યાનુભવ દાયિકા ગોકુલેશ નમામિ તં
માલાતિલકમ્ રક્ષકમ્ આપવામાં આવી છે.

''હરિરસ તબહી તો જાય પૈયે''–(સૂરદાસજીની વાણી) સૂરદાસજીના પદનું ખૂબ સુંદરતાથી અદ્દ્ભૂત વિવરણ શ્રીવલ્લભપાદપદ્મમિલિનજીએ તેમના વિવેચનમાં કર્યું છે. સાથે સર્વોત્તમજીના અચિંત્ય મહિમાનો સુંદર ફોડ પાડ્યો છે.

૩) નિધિ દેનહારી શ્રીયમુને :

જીવ શ્રીયમુનાજીના જેટલા પ્રમાણમાં ગુણગાન કરે તેટલાં શ્રીયમુનાજી તે જીવ ઉપર પ્રસન્ન થાય છે. તેમજ કૃપા કરી આપણા દોષોને દૂર કરે છે અને શ્રીઠાકોરજીને પધારવાનું મન થાય એવું આપણું હૃદય એક બગીચા સમાન બનાવે છે. આમ જ્યાં જ્યાં શ્રીયમુનાજીના ગુણગાન થાય છે, ત્યાં ત્યાં શ્રીઠાકોરજી અવશ્ય પધારે છ, અને ઘણી કૃપા કરે છે.

જે કૃપા કરે છે એજ ભક્તિનું દાન કરી શકે છે. આ પુસ્તકમાં શ્રીયમુનાજીના ગુણગાન, તેમજ સ્તુતિ, સ્મરણ માટે શક્ય તેટલાં ટોપીક સમાવવાનો અને વર્ણન કરવાનો પ્રયત્ન કરેલ છે. શ્રીયમુનાજીની કૃપાથી વૈષ્ણવોને ભક્તિનું દાન થાય એજ પ્રાર્થના.

૪) ષોડશગ્રંથ સાર :

આ પુસ્તિકાં નિત્ય નિયમના પાઠનું સરળ ગુજરાતીમાં સમજ આપી છે. તેમાં સોળે સોળે ગ્રંથ ઉપરાંત **"જનમવૈફલ્ય નિરૂપણાષ્ટકમ" "પંચશ્લોકી"** અને **"શીક્ષાશ્લોકા"** ગુજરાતી સાર રૂપે છે.

૫) રહસ્ય ભાવના :

આમાં મંદિરની ભાવનાથી માંડી સેવામાં વપરાતી બધી જ વસ્તુઓની ભાવના રાજભોગની સેવા સુધીની આપી છે. કારણ કે વૈષ્ણવોને ત્યાં ઘણું ખરૂં રાજભોગ સુધી સેવા બિરાજે છે. પૂ. બાવાશ્રીની આજ્ઞાથી આખા દિવસની રહસ્ય ભાવના લખીને તે આપને પધરાવી દીધી હતી. પ્રિન્ટ કરાવી ન હતી.

૬) પુષ્ટિમાર્ગનું હાર્દ દિનતા :

દિનતા પુષ્ટિમાર્ગનું હાર્દ છે. તે માટે આપણે પ્રયત્ન ન કરીએ તો કેમ ચાલે? કરવોજ જોઈએ. આ કળિયુગમાં લોકોને અહં એટલી બધી જાતના હોય છે કે જે ના છૂટે તો જીવ ગર્તામાં જઇને પડે છે. અને ધર્મ-ભક્તિ માટે એની કાંઇ જ પ્રગતિ થઇ શકતી નથી. એ માટે આપણે પ્રભુનું અને ગુરૂનું અનન્ય શરણ સ્વીકારી દાસત્વ મેળવવું જોઇએ.

"શ્રી હરિરાય મહાપ્રભુ" એ શરણ અને દાસભાવ માટે ઘણા બધા ગ્રંથો લખ્યા છે. જેનું સ્મરણ ચિંતન અને મનન સમજપૂર્વક આર્ત હૃદયથી કરીએ તો જીવ જરૂર શરણ સ્વિકારી દાસત્વ મેળવી "દિનતા" પ્રાપ્ત કરી શકે છે. એ માટે શું કરવું તે સમજાવવા આ પુસ્તકમાં પ્રયત્ન કર્યો છે. "દિનતા" વગર જીવનો ઉધ્ધાર નથી.

૭) ભાવપોષકમ ગ્રંથ :

આ ગ્રંથમાં વૈષ્ણવોનો ભકિતમાં કેવી રીતે વધે તે માટે શ્રીહરિરાયજીએ ૧૫ શ્લોકનો ગ્રંથ લખ્યો છે. તેમાં લગભગ ૪૫ પોઈન્ટ છે. જે ગુજરાતી સરળ ભાષામાં સમજાવ્યા છે.

૮) પુષ્ટિમાર્ગીય તત્વ દર્શન :

આ પુસ્તકમાં ૧૦૪ ટોપીક શોર્ટમાં સમજાવવામાં આવ્યા છે કે પુષ્ટિમાર્ગીય વૈષ્ણવે કેવી રીતે સમજ પૂર્વક વર્તવું જોઇએ. શું કરવું જોઇએ વગેરે સમજાવ્યું છે.

૯) પુષ્ટિ–સાર તથા શ્રી વલ્લભાખ્યાન સાર :

પુષ્ટિમાર્ગના નિતિ નિયમો, શ્રીવલ્લભકુળના વચનામૃતો તેમજ શ્રીવલ્લભ, શ્રીગુંસાઇ વગેરે દ્વારા પ્રકટ કરવામાં આવેલા પુસ્તકો તથા ગ્રંથોના નામ પણ આપવામાં આવ્યા છે.

આમાં શ્રીવલ્લભ–શ્રીગુંસાઇજીનું પ્રાગટય, સ્વરૂપ, લીલા વગેરેનું વર્ણન શ્રીગોપાલદાસે કર્યું છે. ગુજરાતી સાર રૂપે છે. શ્રીવલ્લભાખ્યાન નવ છે.

એજ – નયનાના ભગવદ સ્મરણ્

નયના પટેલ અમારા જીવન નો શ્વાસ

ગુજરાતના ભાદરણ ગામમાં જશુબેન મધુભાઈ પટેલને ત્યાં લક્ષ્મી આવી. નામકરણ થયું નયના. નયના મોટી થવા લાગી. નિશાળ માં જવા લાગી સાથે સાથે જીવનમાં સંસ્કાર નું ઘડતર થયું. નીડર, અડીખમ, પરોપકારી, દયાળુ સેવાભાવી એટલે નયના.

નયનમાં સ્વપ્ના ભરી આશા ઉમંગ સાથે જીવન માં પા પા પગલી ભરતી આગળ ને આગળ વધવા લાગી નયના. અમદાવાદ ની ફાર્મસી કોલેજ જે એશિયાની બેસ્ટ કોલેજ કહેવાય તેમાં ગ્રજ્યુએશન કર્યું પણ ઈતર પ્રવૃત્તિ રમતગમત, ડાંસિંગ, સિંગિંગ, વાંચન, વક્તુત્વ સ્પર્ધામાં પણ એટલાજરસ ખીલવ્યો. પોસ્ટગ્રજ્યુએશન કરતા કરતા સહપાઠી નવીનચંદ્ર સાથે આંખ મળતાં લગ્ન કર્યા. આટલેથી ના અટકતા દ્રઢ નિશ્ચયી નયનાએ પતિ સાથે કંધે કંધો મિલાવી નવી દુનિયા માં પદાર્પણ કરતા વડોદરામાં ફાર્મસી ચાલુ કરી. આખો દિવસ પ્રવૃતિમય રહેતા રેહતા રાજીવ, સોનલ ના નામે સંસારબાગ માં બે કુસુમ ખીલવ્યા, સંસ્કારનું સિંચન કર્યું. કુટુંબને તો ભુલાયજ કેમ? ફરજને સંપૂર્ણ પ્રધાન્ય આપ્યું. દાદા ગોરધનભાઈ ને દાદી કાંતાબેનની ખુબ સેવા કરી તેમના આશીર્વાદ પામ્યા.

પરિવર્તન એજ જીવન

પરિવર્તન દરેકના જીવનમાં આવે. કોસ્મોપોલિટિન વાતાવરણમાં રહ્યા છતાં જીવન માં સદ્દગુણો અપનાવી સતત પ્રવૃતિશીલ નયનાએ એક તબબકે આત્મસંશોધન આદર્યુ. ખુબ ખુબ ધાર્મિક પુસ્તકો નું વાંચન શરુકર્યું . પુષ્ટિ માર્ગ વિષે જાણકારી મેળવાનો પ્રયાસ કર્યો. પુષ્ટિ માર્ગ ને પૂરો સમજ્યા, આત્મસાત કર્યો, તેના દરેક નિયમો, ધારાધોરણ અપનાવી જીવનમાં ઉતાર્યા.

પછી વિચાર આવ્યો કે દેરક જણ પુષ્ટિ માર્ગ સમજી શકે ને અપનાવી શકે તે માટે કંઈક પ્રયત્ન કરવો રહ્યો. એટલે અપનાવ્યો સંશોધન માર્ગ. જેનો નિચોડ કહો કે પરિણામ મળ્યા પુષ્ટિ માર્ગ ના આચર વિચાર નું સરળ નાનું બાળક પણ સમજે તેવું આલેખન એટલે વિવધતા સભર પુસ્તકો.

"અંતિમ શ્વાસે પણ અનેક શારીરિક કષ્ટો સહન કરી દરેક સાથે ક્ષમાયાચના કરી હસતા હસતા પ્રભુમય થઇ મોક્ષ માર્ગે ગમન કર્યું"

રાજીવ પટેલ – સોનલ પટેલ

જય શ્રીકૃષ્ણ

॥ શ્રી વલ્લભાચાર્યજી ॥

વિષય-સૂચિ

ષોડશ ગ્રંથનો પરિચય

માયાવાદનું ખંડન કરી શુદ્ધાદ્વૈત બ્રહ્મવાદનું સ્થાપન કરવા પ્રગટ થયેલા શ્રી મહાપ્રભુજીએ સ્વમાર્ગના (પુષ્ટિમાર્ગના) સિદ્ધાંતો સમજાવવા જુદા જુદા પ્રસંગોએ નાના નાના સોળ ગ્રંથો રચ્યા. આ ગ્રંથો આપણા સંપ્રદાયમાં ષોડશ ગ્રંથના નામે જાણીતા છે. ષોડશ ગ્રંથનું સ્થાન આપણા સંપ્રદાયમાં વિશિષ્ટ છે. તે આપણા માર્ગની ગીતા છે. તેથી તેને **"વલ્લભ-ગીતા"** પણ કહેવામાં આવે છે. તેને પુષ્ટિમાર્ગનાં ઉપનિષદો પણ કહી શકાય, કારણ તેમાં પુષ્ટિ માર્ગના સર્વ સિદ્ધાંતોનો નિચોડ છે. આ ગ્રંથો ચંદ્રની સોળ કળા સમાન છે. ખૂબ ઓછા શબ્દોમાં રચાયેલા છે, પણ તેમાં ભારોભાર અર્થ રહેલો છે. શ્રી મહાપ્રભુજીની અલૌકિક દિવ્ય વાણીના સોળ અલંકાર સમાન છે.

ષોડશ-ગ્રંથ શ્રી કૃષ્ણના હૃદયમાં બિરાજતા શ્રી વલ્લભનું હૃદય છે. ષોડશ-ગ્રંથ શ્રી વલ્લભે પોતાના નિર્ગુણ, શુધ્ધ-પુષ્ટિભક્તો માટે રચ્યા-ગાયા. ષોડશ ગ્રંથો આત્મરૂપી સ્વકર્તવ્ય કરતાં, ઉભા થયેલ પ્રશ્નોના નિરાકરણ માટે રચાયા. ષોડશ-ગ્રંથના મનન-ચિંતનથી પુષ્ટિભક્તોને પ્રેમલક્ષણા ભક્તિનું પરમ ફળ (સાક્ષાત ભગવદાનુંભવનું ફળ) પ્રાપ્ત થયું.

શ્રી મહાપ્રભુજી શ્રી ઠાકોરજીના મુખારવિંદનું સ્વરૂપ હોવાથી વેદની જેમ આ ગ્રંથો પણ પ્રભુ નિર્મિત છે. આમ ષોડશ ગ્રંથ શ્રુતિગ્રંથ છે. વેદતુલ્ય છે. શ્રી વલ્લભાય વૈષ્ણવો માટે પંચમ વેદ છે. શ્રી વલ્લભની વાણી વેદ જેવી ગહન અને સુત્રાત્મક છે. આવી દિવ્ય વાણીના પાઠ અર્થ સમજીને, શુધ્ધ ઉચ્ચારથી, શ્રધ્ધા અને વિશુધ્ધ બુધ્ધિથી, પ્રસદતાથી, લૌકિક હેતુ વિના કરવાથી, શ્રી વલ્લભની કૃપાથી શ્રી વલ્લભની વાણી જરૂર ફૂલિત થાય છે. આમાંનો દરેક ગ્રંથ જુદા જુદા પ્રસંગે સ્વતંત્ર રીતે લખાયેલ છે. પરંતુ દરેક ગ્રંથનું એક બીજા સાથે અનુસંધાન છે.

ભકતના જીવનમાં પ્રથમ ભૂમિકા સ્વભાવ વિજય હોવાથી તે પ્રાપ્ત કરાવનાર **"યમુનાષ્ટક"** નો ગ્રંથ પહેલો આવે છે. અને સેવાનું ફળ છેલ્લી ભૂમિકામાં હોવાથી **"સેવાફલ"** છેલ્લો છે. આ ગ્રંથોમાં ભક્તિમય જીવનના એક પછી એક વિકાસમાં એક પછી એક ચઢિયાતા પગથિયાનો નિર્દેશ કરવામાં આવ્યો છે.

પ્રાત: સ્મરણમ્

હું હંમેશા સુખ આપનારાં શ્રી ગોવર્ધનનાથજી (શ્રીનાથજી) નાં બંને ચરણકમળોને, જેમને તાજું માખણ પ્રિય છે એવા શ્રી નવનીતપ્રિયાજીને, શ્રી મથુરાનાથજીને, શ્રી વિઠ્ઠલનાથજીને, શ્રી દ્વારિકાધીશજીને, શ્રી ગોકુલનાથજીને, શ્રી ગોકુલચંદ્રમાજીને, શ્રીમદનમોહનજીને, શ્રી નટવરલાલજીને અને શ્રી બાલકૃષ્ણલાલજીને ભજું છું. (તેમનું સેવન કરુ છું.)

દરેક વૈષ્ણવે શ્રી મહાપ્રભુજી, શ્રી ગુંસાઈજી, શ્રી ગિરિધરજી, શ્રી ગોવિંદરાયજી, શ્રી બાલકૃષ્ણ લાલજી, શ્રી ગોકુલનાથજી, શ્રી રઘુનાથજી, શ્રી યદુનાથજી, શ્રી ઘનશ્યામલાલજી, શ્રી વલ્લભકૂળ, શ્રી યમુનાજી, પોતાના શ્રી ગુરુદેવ, શ્રી ગિરિરાજજી, શ્રી ગુરુદેવના સેવ્ય સ્વરૂપ અને પોતાના સેવ્ય સ્વરૂપનું નિશ્ચય પૂર્વક સ્મરણ કરવું.

શ્રી કૃષ્ણનું સ્વરૂપ

ભગવાન શ્રી કૃષ્ણચંદ્રે મસ્તક પર મયુર પીચ્છનો મુકુટ ધારણ કર્યો છે. આપશ્રીનું શ્રી અંગ સુંદર અને નટરૂપ (લલિત-ત્રીભંગ) છે. બંને કર્ણમાં કરેણના પુષ્પો શોભે છે. સુવર્ણના જેવાં પીળાં વસ્ત્રો ધારણ કર્યાં છે, અને પોતાની વેણુના છીદ્રોને પોતાની અધર સુધા (અધરામૃત) થી પૂરે છે. તેમની સંગમાં રહેલ ગોપનું ટોળું તેમના યશોગાન ગાય છે. આવા પ્રભુએ ગોપ વૃંદ સાથે પોતાની ચરણ રજથી રમણીય બનેલ શ્રી વૃંદાવનમાં પ્રવેશ કર્યો.

શ્રી મહાપ્રભુજીનું સ્વરૂપ

શ્રી ઠાકોરજીએ પોતાન હૃદયમાં બિરાજતા શ્રી સ્વામિનીજીના સ્ત્રી ગૂઢ ભાવાત્મક સૌંદર્ય સ્વરૂપને પ્રગટ કર્યું. તેવી જ રીતે શ્રી સ્વામિનીજીના હૃદયમાં બિરાજતું. શ્રીઠાકોરજીનું પુંભાવાત્મક સૌંદર્ય સ્વરૂપ પણ પ્રકટ થયું. આમ બંને સ્થળે પ્રકટ થયેલ બંને પ્રકારના સૌંદર્ય સ્વરૂપોને શ્રી ઠાકોરજીએ પોતાના પ્રિય એવા શ્રી વલ્લભાચાર્યજીમાં પધરાવ્યાં. આમ બંને પ્રકારનાં સ્ત્રી-પુંભાવ સૌંદર્ય સ્વરૂપોનો સંયોગ થવાથી રસાત્મક એવા શ્રી કૃષ્ણ જ પોતાને પ્રિય સ્વરૂપ (શ્રી વલ્લભાચાર્યજી) સાથે એક રસ થઈ શોભ્યા. આવી આ અદ્‌ભુત લીલાના સાક્ષીરૂપ અને આ ત્રણે સ્વરૂપ જેમાં બિરાજમાન છે તેવા શ્રીમદ્‌ વલ્લભાચાર્યજીનું (દરેક વૈષ્ણવે) નિત્ય, ઉત્તમ રીતે ધ્યાન ધરવું.

શ્રી ગોપીનાથજીનું સ્વરૂપ

શ્રી વલ્લભાચાર્યજીના પ્રતિનિધિ રૂપ, તેજના ભંડાર, દયાના સાગર, ત્રણે ગુણો (સાત્વિક, રાજસ અને તામસ) થી રહિત છતાં સદ્ગુણોના ભંડાર, એવા શ્રી મહાપ્રભુજીના પ્રથમ પુત્ર શ્રી ગોપીનાથજીનો હું સદાય આશ્રય કરુ છું.

શ્રી ગુંસાઈજીનું સ્વરૂપ

સાંજનો સમય છે. શ્રી ગુંસાઈજી પોતાના નિવાસ સ્થાન રૂપ નિકુંજમાં આસન ઉપર બિરાજ્યા છે. આપશ્રીના સામે સારી રીતે ધોયેલા (સંધ્યાવદન માટેના) સુવર્ણ પાત્રો શોભી રહ્યાં છે.આપશ્રીએ યજ્ઞોપવિત ધારણ કરી છે. શ્રીઅંગ ઉપર મુલાયમ બારીક વસ્ત્રો છે. આપશ્રીના શ્રી અંગનો રંગ ઉજ્જવલ છે. આપશ્રીનું મુખ કમળ સમાન છે. પ્રાણાયામ કરતાં નાસિકા ઉપર શ્રી હસ્ત રાખેલો છે. કાનમાં કિંમતી મોતીનાં આભૂષણ શોભે છે. અર્ધ મીચેલાં નેત્રો છે. લલાટમાં કસ્તુરીનું તિલક છે. સુંદર કેશ છે. આવા શ્રી મહાપ્રભુજીના દ્વિતિય પુત્ર શ્રી વિ ઠ્ઠલનાથજી - શ્રી ગુંસાઈજીને હું વંદન કરું છું.

શ્રી ગુરૂદેવનું સ્વરૂપ

પુષ્ટિમાર્ગના સર્વ સિદ્ધાંન્તોને જાણનાર, અત્યંત દયા રૂપી રસથી પૂર્ણ અને શ્રેષ્ઠ ફળ આપનારા એવા શ્રી ગુરુદેવને નમન હો.

મંગલાચરણમ્

૧. શ્રી મહાપ્રભુજીના ચરણારવિંદની રજ પોતાના સેવકોની ચિંતાના સમૂહનો નાશ કરનારી છે, તેથી આવા મારા આચાર્ય શ્રી મહાપ્રભુજીને હું વારંવાર પ્રણામ કરું છું.

૨. જેમની કૃપાથી પ્રાણી માત્ર સર્વ પ્રકારનાં દુઃખોને ઓળંગી જાય છે. (મુક્ત થાય છે) તેવા શ્રીમદ્ વલ્લભાચાર્યજીના કુમાર શ્રીમદ્‌વિઠ્ઠલનાથજી (શ્રી ગુંસાઈજી) ને હું હંમેશા વંદન કરું છું.

૩. જેમણે જ્ઞાન રૂપી અંજનની સળી વડે અજ્ઞાનરૂપી અંધકારથી અંધ બનેલાનાં નેત્ર ખોલ્યાં છે તેવા શ્રી ગુરુદેવને નમન હો.

૪. લીલારૂપી ક્ષીર સાગરમાં, શેષનાગ રૂપી (શ્રીમહાપ્રભુજીના) હૃદયમાં શયન કરતા અને હજારો લક્ષ્મીઓ રૂપી વ્રજભક્તો અને તેમની લીલાઓથી સેવાતા, કલાના ભંડાર રૂપ શ્રી પૂર્ણ પુરુષોત્તમને હું નમન કરું છું.

૫. પાંચ પ્રકારે વિભાજિત એવા દશમ સ્કંધમાં બિરાજતું ભગવદ્ સ્વરૂપ આ મારા હૃદયમાં બિરાજે છે. તેમને હું નમન કરું છું.

(૧) જન્મ પ્રકરણ (૨) તામસ પ્રકરણ (૩) રાજસ પ્રકરણ (૪) સાત્વિક પ્રકરણ (૫) ગુણ પ્રકરણ

આમ દશમ - સ્કંધના પાંચ વિભાગ પાડવામાં આવ્યા છે.

શ્રી યમુનાષ્ટકમ્

"શ્રી મહાપ્રભુજી" પ્રથમ પૃથ્વી પરિક્રમા કરતા કરતા તેર વર્ષની ઉંમરે મથુરા પધાર્યા અને વિશ્રામ ઘાટ ઉપર મુકામ કર્યો ત્યારે શ્રી યમુનાષ્ટકમ્ સ્તોત્ર દ્વારા શ્રી યમુનાજીના દિવ્ય સ્વરૂપની સ્તુત કરી.

"શ્રી યમુનાજી" ભક્તિનું સ્વરૂપ છે. ભક્તિના પ્રકાર નવ માન્યા છે. (શ્રવણ, કિર્તન, સ્મરણ, પાદસેવન, અર્ચન, વંદન, દાસ્ય, સખ્ય અને આત્મનિવેદન)

"શ્રી યમુનાષ્ટક" ભગવદીયજનોનો સેવામાં અંગીકાર કરવા માટે જ આચાર્યશ્રીએ રચેલ છે. શ્રી ઠાકોરજીએ, શ્રીમહારાણીજીને જીવોને આપવા માટે આઠ ઐશ્વર્યો આપ્યાં છે.

ભક્તિ એટલે સેવા કરવી. સેવામાં પ્રવૃત્ત થતાં અનેક પ્રકારનાં વિઘ્નો આવે છે. જેવા કે સ્વભાવમાં પ્રમાદ, વિષાદ, વિષયાસક્તિ વગેરે. જો શ્રી યમુનાજીનો આશ્રય લેવામાં આવે તો સ્વભાવગત દોષોની નિવૃત્તિ થાય છે. તેમજ વિઘ્નોનો નાશ થાય છે. માનવને પોતાના સ્વભાવ ઉપર કાબૂ લાવવો કઠિન ગણાય છે. પણ શ્રી યમુનાષ્ટકના આરાધનથી સુધારી શકાય છે. શ્રી યમુનાષ્ટકના પાઠથી કામી ભક્ત બને છે. લોભી સંતોષી

બને છે, કૃપણ ઉદાર બને છે, ક્રોધી પ્રેમાળ બને છે, નિંદક ગુણ ચાહક બને છે. વિષયાસક્ત હરિસેવા પરાયણ બને છે. શ્રી યમુનાષ્ટકના પાઠથી ચિત્ત સદા પ્રસન્ન રહે છે. પાઠ કરતી વખતે અવશ્ય એક અનુસંધાન રાખવું કે **'શ્રી યમુનાજી આપ મારા ઉપર કૃપા કરીને મારા સ્વભાવને સુધારો અને મારો સેવામાં વિનિયોગ કરો.'**

શ્રી યમુનાષ્ટકનો નિત્ય પાઠ કરવાથી શ્રી કૃષ્ણસેવામાં રતિ-પ્રીતિની વૃદ્ધિ થાય છે, સ્વભાવનો વિજય થાય છે, મુરારિ પ્રસન્ન થાય છે. પરિણામે જીવ સેવાનો અધિકારી બને છે.

શ્રી યમુનાજી, શ્રીમહાપ્રભુજી અને શ્રીઠાકોરજી સરખા સ્વભાવ અને ધર્મવાળા છે.

- શ્રી ઠાકોરજીએ (ભગવાને) લીલાઓ દ્વારા વ્રજજનોનો ઉદ્ધાર કર્યો.
- શ્રી યમુનાજીએ જલપાન દ્વારા જીવોને ભગવદ્ચરણોમાં લાવીને ઉદ્ધાર કર્યો.
- શ્રી મહાપ્રભુજીએ બ્રહ્મસબંધ દ્વારા વર્તમાન કાલના જીવોનો ઉદ્ધાર કર્યો.

સર્વ વસ્તુઓ ભગવાનની છે તો પછી ભગવાનને શું ભેટમાં આપીએ ? એમ સમજીને નમસ્કારની ભેટ શ્રી મહાપ્રભુજીએ ચરણે ધરી.

- **પરાભક્તિ** - ભગવનાનો સંયોગ કરાવી આપનારી એટલે શ્રી યમુનાજી.
- **સાધનાભક્તિ** - સદા સેવામાં પ્રીતિનો વધારો કરે છે તે શ્રી કાલિન્દીજી.

- **ફલાભક્તિ** - શ્રી યમુનાજી સેવામાં મન રાખે છે. આમ ત્રણેય ભક્તિ શ્રીયમુનાજીથી પ્રાપ્ત થાય છે.

(૧) શ્રી યમુનાજી તો આપણા 'મા' છે. સંતાન (બાળક) પગે લાગે કે મા પીગળી જાય અને પ્રસન્ન થાય છે. મા સંતાનને સર્વ આપે છે. ભક્તિમાર્ગની જે શ્રેષ્ઠ આઠ સિદ્ધિ ઓ છે તેના દાન શ્રી યમુનાજી તેમના સ્મરણ માત્રથી (યમુનાષ્ટકનો પાઠ કરવાથી) કરે છે.

(૧) **સેવોપયોગી દેહ**ને બનાવનારી પ્રથમ સિદ્ધિ છે. જે સિદ્ધિ દ્વારા લીલામાં આપણે જઇ શકીએ અને સાક્ષાત સેવા કરી શકીએ તેવો દેહ આપે છે.

(૨) ભગવાનની **લીલાઓનું દર્શન** કરાવનારી બીજી સિદ્ધિ.

(૩) ગોપીજનોની માફક **ભગવદ્ રસનો અનુભવ** એ ત્રીજી સિદ્ધિ.

(૪) ભગવાનમાં **સર્વાત્મભાવ** થવો. જે રાસ-લીલામાં ગોપીજનોને થયો અને સર્વને ત્યજી **ભગવાનને સર્વ સ્વરૂપે** સમજી ભજ્યા તે ચોથી સિદ્ધિ.

(૫) વિયોગમાં પણ **ભગવાનના આવેશવાળી દેહની સ્થિતિ રહ્યા** કરે તે પાંચમી સિદ્ધિ.

(૬) **આંખ બંધ હોય ત્યારે પણ ભીતરની આંખને લીલાના દર્શન થાય.**

(૭) **ભગવાનના ભાવાત્મક સ્વરૂપ સાથે સાક્ષાત સ્વરૂપના રસોનો અનુભવ થવો.**

(૮) ભગવાનના **વિયોગમાં** ભગવાનનો સર્વાત્મા સ્વરૂપે અનુભવ થવો.

આમ પહેલા શ્લોકમાં **સકલ સિદ્ધિ હેતુત્વ** નામના ઐશ્વર્યનું કથન છે.

(૨) શ્રી યમુનાજીનો આશ્રય લેનાર ભગવદીયમાં સેવા યોગ્ય નવ તારૂણ્ય પૂર્ણ શરીર અને ભક્તિ ભાવની સુવાસથી ભરપૂર શરીર રહેશે. શ્રી યમુનાજી પરમ પ્રેમ લક્ષણા ભક્તિ સ્વરૂપા છે. તેથી તેમની ગતિ રસમયી અને ક્રાન્તિમય છે. શ્રી યમુનાજી પ્રભુના માનિતા હોવાથી જાણે પ્રેમના હિંડોળે ઝૂલ્યા કરતા હોય એવા દેખાય છે. આવા શ્રી યમુનાજી શ્રીમુકુંદ ભગવાનના ચરણોમાં અખંડ પ્રીતિ આપનારા છે.

આમ શ્રી હરિના ચરણકમલમાં **ભાવવૃદ્ધિ (પ્રિતિ વધારનાર)** નામની બીજી સિદ્ધિનું દાન કરે છે.

(૩) શ્રી યમુનાજી પરમ કરૂણ સ્વભાવવાળા છે તેથી ભૂતલના હરિ વિમુખ જીવોને હરિ સન્મુખ કરવા ભૂતલ ઉપર પધાર્યા છે. શ્રી યમુનાજી આશ્રિતોના પાપને દૂર કરે છે. આમ **"સકલ ભુવન પાવન"** કરવાનું ત્રીજું ઐશ્વર્ય શ્રી યમુનાજીનું છે.

શ્રી યમુનાજી ભગવાનના તૂર્યપ્રિયા છે. તૂર્ય એટલે જેમની સાથે શ્રી કૃષ્ણે ચતુર્થ લગ્ન કર્યું છે તે.

ભગવાનની વ્રજમાં ચાર પ્રકારની સ્વામિનીજીઓ છે. (૧) શ્રી સ્વામીનીજી (૨) શ્રુતિરૂપા ગોપીજનો. જેઓ ગોપોના ગૃહમાં વસ્યા છે. તેઓ ભગવાનમાં સર્વાત્મ ભાવવાળા છે. (૩) અગ્નિકુમારિકા અને (૪) શ્રી યમુનાજી છે. જો આપણે શ્રી તુર્યપ્રિયાજીને નમસ્કાર કરીએ તો ભગવત્સેવાનો અવસર આપણને મળે છે.

(૪) ચોથું ઐશ્વર્ય ભગવત્ સેવાના સુખનું દાન કરે છે.

શ્રી યમુનાજી અને શ્રી ઠાકોરજીમાં છ પ્રકારના ઐશ્વર્ય સમાન છે.

- શ્રી ભગવાનમાં કૃપા, વાત્સલ્ય આદિ ગુણો છે. શ્રી યમુનાજીમાં ભક્તોના કાર્યને સિદ્ધ કરવા, દોષોને દૂર કરવા વગેરે **અનન્ત ગુણો છે.**
- વીર પુરુષોની જ વિશ્વમાં સ્તુતિ થાય છે. ભગવાનની અને યમુનાજીની દેવો પણ સ્તુતિ કરે છે એ એમનું **વીર્ય** છે.
- **કૃપામય** અને **પ્રેમમય મેઘથી** ખીચોખીચ ભરેલાં હોવાથી શ્રી યમુનાજી અને શ્રી ઠાકોરજીને મેઘની ઉપમા આપી છે. મેઘની જેમ તેઓ કૃપા અને પ્રેમનો વરસાદ વરસાવે છે. (એના માટે જગ્યા અનુકૂળ હોવી જોઈએ એટલે કે જીવની લાયકાત હોવી જોઈએ.) આ એમનો **યશ** છે.
- **"શ્રી"** ધર્મનું નિરૂપણ કર્યું છે, ભક્તોને પોતાના જેવા બનાવવા એ જ સાચી શ્રી છે. ધ્રુવજી, પરાશર વગેરેને શ્રી યમુનાજીએ પોતાના જેવા વિશુદ્ધ અને ભક્ત બનાવ્યા. ભગવાને પોતાના જેવા ગુણ અને ઐશ્વર્ય સમ્પન્ન બનાવ્યા.
- **"જ્ઞાન"** ધર્મનું વર્ણન કર્યું છે. શ્રી યમુનાજીની કૃપાથી સ્વભાવ જીતાય છે. આમ જ્ઞાનનો ઉત્કર્ષ સ્વભાવને જીતવામાં માન્યો છે. માન અને મદવાળાં વ્રજ સુંદરીયો યમુનાજીને કિનારે આવ્યાં ત્યારે ભગવાનના ગુણ ગાવાની વૃત્તિ થઈ અને ગોપીગીત ગાયું. જો સ્વભાવનો વિજય ન થયો હોત તો (જ્ઞાન ના થયું

હોત તો - ટૂંકમાં અભિમાન ના છોડયું હોત તો) ગુણગાન થાત નહિ.

- ગોપ ગોપીજનો ઘરબાર ત્યજી શ્રી યમુનાજીને વીંટળાઈ વળી રહે છે, તેજ **"વૈરાગ્ય"** નું લક્ષણ છે. આજે પણ ભક્તજનો દિવાળી જેવા પર્વોમાં ઘેર આનંદ માનવાનો પડતો મૂકી યમુનાજીને કિનારે વસે છે. **વૈરાગ્ય એટલે હરિચરણમાં પ્રીતિ અને પોતાના સર્વસ્વનું સમર્પણ.**
- આ પદ **ધર્મીનું** પ્રતિપાદન કરે છે. શ્રી યમુનાજી અને શ્રી ઠાકોરજી કરૂણાના મહાસાગર છે. ભગવાનના અન્ય ધર્મો તો પસંગે પ્રકટ થાય છે. પરંતુ કૃપા તો નિત્ય પ્રકટ હોય છે. તેથી તે ધર્મને (કૃપાને) સાગરની ઉપમા આપી છે.

(૫) **"કલિનિવારકત્વં"** નામના પાંચમાં ઐશ્વર્યનું નિરૂપણ છે. અહીં શ્રી યમુનાજીનો મહિમા ગાયો છે અને પછીના ચાર શ્લોકમાં હે યમુને ! આપનો મહિમા ગાઈ શકાય એવો નથી એ ભાવની સ્તુતિ કરી છે. શ્રી યમુનાજીના અલૌકિક ધર્મોની સાથે કોઈનું પણ સામ્ય ન સંભવે, માટે સર્વ શ્રેષ્ઠ શ્રી યમુનાજી, આપ અમારામાં રહેલા કલિના દોષોનું નિવારણ કરી સેવામાં વરણ કરવાની કૃપા કરો. (લક્ષ્મીજી સપત્ની તરીકે સમાન ગણાય પણ અલૌકિક ધર્મોની સાથે સામ્ય ન સંભવે.)

(૬) **ભક્તોના ઉત્કર્ષને સાધનારા એવા છઠ્ઠા ઐશ્વર્યને ગાય છે.**

હે શ્રી યમુનાજી ! આપને મારા નિત્ય નમન હો. આપનું ચરિત્ર અત્યંત અલૌકિક છે. આપના જલપાનથી

ક્યારેય પણ યમપીડા ભોગવવી પડતી નથી. આપના સેવનથી ગોપીજનોની માફક ભક્તજનો પણ શ્રી હરિના પ્રિય બને છે.

આપનું ચરિત્ર શ્રી કૃષ્ણ ભગવાનના ચરિત્ર જેવું અત્યંત અદ્‌ભુત એટલે વિલક્ષણ છે. દ્વેષ કરનાર અને સભામાં અમંગલ શબ્દો ઉચ્ચારનાર શિશુપાલ સદ્‌ગતિને પામ્યો અને વિષ પાનાર પૂતના માતૃગતિને પામી, તે રીતે કેવલ અભાન અવસ્થામાં પણ આપના પયનું પાન કરતાં જીવ યમયાતનાથી છૂટે છે.

શ્રી યમુનાજીએ પોતાના ભાઈ યમરાજા પાસે ભાઈબીજની વીરપસલીમાં વરદાન લીધું છે કે ભાઈ ! મારું પાન કરનાર મારા પુત્ર થાય અને આપનાં ભાણેજ થાય. તેમાં હું તો નાની બહેન છું. માટે આપે તેમને નર્કલોકની યાતનામાંથી મુક્તિ આપવી. આવાં માતૃ વાત્સલ્ય પૂર્ણ યમુના મા ! આપને નિત્ય નમસ્કાર હો.

(૭) હે શ્રી યમુનાજી, આપના સાન્નિધ્યથી મારો દેહ સેવાપયોગી બને એવી કૃપા કરો એને લીધે ભગવાનમાં પ્રીતિ સુલભ થશે. અહીં **'તનુનવત્વ'** એટલે **સેવાયોગ્ય શરીર નિર્માણ થાય** એવા ઐશ્વર્યની સિદ્ધિ છે.

ભક્તો કદી ઇચ્છા કરતા નથી કે નથી ચાહના કરતાં, છતાં એક ઇચ્છા તો અવશ્ય કરે છે કે અમારો ભગવત્સેવામાં વિનિયોગ થાય. એટલે શ્રી મહાપ્રભુજી જીવોને અનુલક્ષી વિજ્ઞપ્તિ કરે છે કે આપના પાનથી યમયાતના છૂટે એટલો જ અમારો મનોરથ નથી પરંતુ અમને તનુનવત્વનું દાન કરો. તનુનવત્વની સિદ્ધિ યમુના તીરે નિવાસ, યમુના પાન અને સેવન દ્વારા અમને પ્રાપ્ત

થાય. સેવામાં સેવ્યને કષ્ટ ન પડે અને રૂચે (ગમે) એવા દેહ, ઈન્દ્રિય, સ્વભાવ અને ક્રિયા વગેરે હોવાં જોઈએ, એના અમને દાન કરો. સેવોપયોગી અને લીલોપયોગી નવતનુ મળો. હે યમુને ! જ્યાં સુધી એવા નવતનુની પ્રાપ્તિ ન થાય ત્યા સુધી આપની સ્તુતિ કર્યા કરીશ.

(૮) અહીં ભગવાનના પ્રિય બનાવનારા આઠમા ઐશ્વર્યની ગાથા છે.

ગુરુના, ભગવાનના કે માતા-પિતાના ઉપકારો કદાચ ગાઈ શકીએ પરંતુ શ્રી યમુનાજીની સ્તુતિ કરવાને સમર્થ ન થઈ શકીએ કારણકે શ્રી યમુનાજીની આડીથી ભગવાન સ્વયં નિજ ભક્તોમાં પ્રેમ કરે છે. જીવો તો ભગવાનમાં પ્રેમ કરે કારણકે પ્રભુ તો પ્રેમાર્ણવ (પ્રેમ+આર્ણવ) અને કરુણાર્ણવ છે. પરંતુ જીવ તો દોષાર્ણવ છે. છતાં ભગવાન તેનામાં પ્રેમ સાધે છે. એજ યમુનાજીનો મહિમા છે. એના ગુણગાન કરવાને આપણે અશક્ય અને અશક્તિમાન છીએ એવાં શ્રી યમુનાજીને કેવલ નમન કરીને મન મનાવશું.

લક્ષ્મીજીની એકલાંની આરાધના કરીએ તો મોક્ષ ન મળે. વળી ભગવાન પોતાના સ્વામી હોવાથી આપણને એમનો સંગ ન થવા દે. જ્યારે શ્રી યમુનાજી તો કેવલ એકલાં સેવાય, તો પણ તેઓ ભગવદીયને ભગવત્સેવાના સુખનું દાન કરે છે એ એમનું અધિક ગૌરવ છે.

(૯) જે કોઈ આ અષ્ટકનો નિરંતર પ્રસન્નતા પૂર્વક પાઠ કરે છે, તેના સમસ્ત પાપોનો નાશ થાય છે. શ્રી ઠાકોરજીમાં અવશ્ય પ્રીતિ થાય છે. તે પ્રીતિથી સકલ સિદ્ધિઓ મળે છે, સ્વભાવનો વિજય થાય છે. (અહંતા, મમતા, અભિમાન

વગેરે છૂટી જાય છે) શ્રી મુરારી ભગવાન પરમ પ્રસન્ન થાય છે અને ભગવાનની પ્રાપ્તિમાં જેટલા પ્રતિબંધો હોય તે સર્વ નાશ પામે છે. પાપોનો ક્ષય (નાશ) થવાથી ભગવાનમાં ભક્તિ પ્રાપ્ત થાય છે. તેમજ ભગવાનમાં પ્રેમ વધે છે અને થાય છે. ભગવાન સ્વયં પ્રસન્ન થઈ જીવના સર્વ દોષોનું નિવારણ કરે છે. વળી ભક્તિમાં પ્રતિબંધ આવતા હોય તેને હરે છે. જીવનો દુષ્ટ સ્વભાવ ઉત્તમ સ્વભાવ બની જાય છે. ગોપીજનોમાં રાસલીલા વખતે જે મદ અને માન થયાં હતાં તેનું નિવારણ કરીને ભગવત્ સેવા યોગ્ય “દીનતા” પ્રાપ્ત થાય છે તે સ્વભાવનો વિજય છે.

અનન્ય શ્રદ્ધા રાખી પ્રસન્નતા પૂર્વક પાઠ કરવાનું શ્રી મહાપ્રભુજી બળ આપે એજ પ્રાર્થના.

આ પ્રમાણે શ્રીમદ્ વલ્લાચાર્યજીએ રચેલ
યમુનાષ્ટક ગ્રંથ સંપૂર્ણ થયો.

બાલ બોધ

આ ગ્રંથમાં ધર્મશાસ્ત્રો વિષે જાણવા ઈચ્છનારાઓને ખૂબ જ સંક્ષિપ્તમાં તેના સર્વ સિદ્ધાંતોનો સાર કહ્યો છે. આમાં મનુષ્યોના ચાર મર્યાદા માર્ગીય પુરુષાર્થો વિશે વિગતે નિરૂપણ કરવામાં આવ્યું છે. આ પુરુષાર્થો ઈશ્વર વિચારિત અને જીવ વિચારિત એમ બે પ્રકારના છે. ઈશ્વર વિચારિત પુરુષાર્થોનું વર્ણન વેદમાં છે. જ્યારે જીવ વિચારિત પુરુષાર્થોનું વર્ણન ઋષિ મુનિઓએ સ્મૃતિ શાસ્ત્રોમાં કર્યું છે. આ પુરુષાર્થો પૈકી ધર્મ, અર્થ

અને કામનું નિરૂપણ અહીં કર્યું નથી. જીવ વિચારિત ચતુર્થ પુરુષાર્થ મોક્ષ, તેના પ્રકારો, તેનું વર્ણન કરનારા શાસ્ત્રો વગેરેનું વર્ણન અહીં કરવામાં આવ્યું છે.

બ્રહ્માજી સૃષ્ટિનું સર્જન કરતા હોવાથી, તેમના કાર્યથી વિરુદ્ધ એવો મોક્ષ આપતા જ નથી. આ માટે (મોક્ષ માટે) શિવ અને વિષ્ણુ જગતનું હિત કરનારા છે. વિષ્ણુનું કાર્ય દરેક વસ્તુનું રક્ષણ કરવાનું છે અને શિવજીનું કાર્ય દરેક વસ્તુનો સંહાર કરવાનું છે. બન્ને પોત પોતાના શાસ્ત્રોના પ્રવર્તક છે. આ કારણથી બ્રહ્મ-ઈશ્વરે જ શિવ અને વિષ્ણુના સ્વરૂપ ધારણ કર્યાં છે. તેમનું નિર્દોષપણું અને પૂર્ણ ગુણપણું (સર્વાત્મક સ્વરૂપ)

તેમનાં શાસ્ત્રોમાં નિરૂપણ કરેલ છે. (શિવનું પાશુશાસ્ત્રમાં અને વિષ્ણુનું નારદ પંચરાત્રમાં), શિવ અને વિષ્ણુ બંને ભોગ અને મોક્ષ એમ બંને ફળ આપવા શક્તિમાન છે. પણ ખાસ કરીને નિશ્ચયપૂર્વક શિવ ભોગ આપે છે અને વિષ્ણુ મોક્ષ આપે છે.

જગતમાં પણ માલિક પોતે જે વસ્તુ ભોગવે છે તે કયારેય પોતાના સેવકોને આપતા નથી. શિવજી હંમેશાં વૈરાગ્ય યુક્ત રહી મોક્ષનો અનુભવ કરે છે તેથી પોતાની ભોગ્ય વસ્તુ મોક્ષ પોતાના ભક્તોને આપતા નથી. તેમને ભોગ સરળતાથી આપે છે. કારણ શિવજી ભોગ ભોગવતા નથી. તેવી રીતે વિષ્ણુ હંમેશાં લક્ષ્મીજી સાથે (આસક્તિ વિના) ભોગમાં લીન હોય છે.

તેથી તેઓ પોતાની ભોગ્ય વસ્તુ એવો ભોગ પોતાના ભક્તોને આપતા નથી. પણ તેમને મોક્ષ અવશ્ય આપે છે.

છતાં પણ કોઈક વખત પોતાના અતિશય વ્હાલા ભક્તને શિવજી મોક્ષ અને વિષ્ણુ ભોગ આપે છે પણ તે માટે બન્ને દેવોને મહાન શ્રમ લેવો પડે છે. પ્રત્યેક દેવ પોતપોતાનું ફળ આપવા માટે સાધનરૂપ છે.

જીવો તો સ્વભાવથી જ દોષવાળા છે, આ દોષોને દૂર કરવા હંમેશાં શ્રવણ, કીર્તન, સ્મરણ, પાદ સેવન, અર્ચન, વંદન, દાસ્ય, સખ્ય અને આત્મનિવેદન એ નવધા ભક્તિ પ્રેમપૂર્વક કરવી જોઈએ. તેમ કરવાથી જીવના આલોક અને પરલોક સબંધી સર્વ કાર્યો સિદ્ધ થાય છે. વિષ્ણુ પાસેથી મોક્ષ અને શિવજી પાસેથી ભોગ સહેલાઈથી મળે છે.

પોતાના આત્મા સહિત ઘર, સ્ત્રી, ધન, પુત્ર, આલોક પરલોક પ્રભુને સમર્પણ કરવાથી (નિવેદન કરવાથી) જીવને તદીયપણું - ભગવદીયપણું પ્રાપ્ત થાય છે. જેમણે આ પ્રકારે

આત્મ નિવેદન નથી કર્યું. તેવા જીવો પણ કેવળ પ્રભુનો આશ્રય રાખે તો તેમની પણ સારી ગતિ થાય છે.

તેથી ભગવાનનો આશ્રય અને ભગવદીયપણાને સમજવા સારું શરણાગતિ રૂપી સાધન સારી રીતે કરવું અને સ્વધર્મનું (વર્ણાશ્રમ ધર્મ અને શ્રવણાદિ ભક્તિ ધર્મોનું)પાલન સારી રીતે કરવું. આ બંને સાધન ન કરવાથી બમણો અધર્મ થાય છે. જીવનો ઉદ્ધાર કરવામાં પ્રભુને બહુજ શ્રમ પડે છે અને ફળ મળવામાં વિલંબ થાય છે.

આ પ્રમાણે શ્રીમદ્ વલ્લભાચાર્યજીએ રચેલ
બાલબોધ ગ્રંથ સંપૂર્ણ થયો.

સિધ્ધાંત મુક્તાવલી

આ ગ્રંથમાં સેવાના સિદ્ધાંતો રૂપી મોતી ગૂંથી સુંદર માળા બનાવી છે. તેથી તેને સિદ્ધાંત મુક્તાવલી નામ આપ્યું છે. સેવાનો પ્રકાર એક જ છે અને તે શ્રી કૃષ્ણની સેવા પોતાના ઘરમાં જ પોતાના તન-મન-ધનથી પ્રેમથી કરવી, જેથી માનસી સેવા સિદ્ધ થાય છે જે ફલ રૂપા છે.

જેવી રીતે સોયના નાકામાં દોરો પરોવતી વખતે મનને તેમાં એકાગ્ર કરવું પડે છે તેવી રીતે સેવામાં મન એકાગ્ર કરવું જોઈએ. તેથી જ પુષ્ટિ માર્ગીય વૈષ્ણવો માટે સેવા એક પ્રકારનો યોગ જ છે. આવી સેવા માનસી સેવા કહેવાય છે. તનુજા (શરીર વડે) અને વિત્તજા (ધન વડે) સેવા સાધન રૂપ છે. તેના દ્વારા ફળરૂપ માનસી સેવા સિદ્ધ થાય છે, તનુજા-વિત્તજા સેવાથી અહંતા-મમતાથી ભરેલા સંસારનાં સર્વ દુઃખો નાશ પામે છે. તેથી મનને શાંતિ મળે છે. શાંત મનમાં પૂર્ણ પુરુષોત્તમના સ્વરૂપનું સાચું જ્ઞાન થાય છે. આમ માનસી સેવા સિદ્ધ થતાં પહેલાં તનુજા-વિત્તજા સેવાથી ઉપરના બે ફળ મળે છે. સેવા પોતાને ઘેર જ પોતાના તન-મન-ધનથી પ્રેમથી કરવી જોઈએ. કોઈને દ્રવ્ય આપીને કે બીજાના દ્રવ્ય (પૈસા)થી કરવાથી ફળરૂપ માનસી સિદ્ધ થતી નથી. ઉલટું

બન્નેનું અહિત થાય છે. તેથી શ્રી મહાપ્રભુજીએ તનુવિત્તજા એક જ શબ્દ કહ્યો છે. માટે કોઈ પણ સ્વાર્થ કે લૌકિક હેતુ વિના પોતાના જ શરીર અને પોતાના જ પૈસાથી શ્રી કૃષ્ણની ભાવથી-પ્રેમથી સેવા કરવી.

હવે આગળ શ્રી મહાપ્રભુજી કહે છે કે શ્રી કૃષ્ણ તો પરબ્રહ્મ છે.પરબ્રહ્મ એટલે પૂર્ણ પુરુષોત્તમ, પૂર્ણ આનંદ સ્વરૂપ. બૃહત્ એટલે અક્ષરબ્રહ્મ, તે સચ્ચિદાનંદ સ્વરૂપ છે તેમાં સત્, ચિત્ અને આનંદના અંશો રહેલા છે, તેના આનંદની ગણત્રી થઈ શકે છે. તેથી તે ગણિતાનંદ છે જ્યારે પ્રભુના આનંદની ગણત્રી થઈ શકતી નથી તેથી તે અગણિતાનંદ છે.

અક્ષરબ્રહ્મના બે સ્વરૂપ છે. (૧) જગત (૨) જગતથી જુદુ અક્ષર બ્રહ્મનું જે સ્વરૂપ છે તેમાં શ્રી પૂર્ણ પુરુષોત્તમ બિરાજે છે, જ્ઞાની પુરુષો તેની જ ઉપાસના કરે છે અને તેમાં લીન થઈ મોક્ષ મેળવવા ઈચ્છે છે તે મુક્તિનું સ્થાન છે.

પરબ્રહ્મ પુરુષોત્તમ સત્ય છે તેમ બધા મતવાળા સ્વીકારે છે. વેદની શ્રુતિઓનો એવો મત છે કે અક્ષર બ્રહ્મ જ જગત્ રૂપે થયેલું છે. તેથી જગતમાં બ્રહ્મના ત્રણ લક્ષણો સત્, ચિત્ત અને આનંદના અંશો છે. તેથી જગત સત્ય છે. મિથ્યા નથી, જગત એ બ્રહ્મનું જ સ્વરૂપ છે. આમ પૂર્ણ પુરુષોત્તમમાંથી પ્રગટ થયેલ અક્ષરબ્રહ્મના બે સ્વરૂપો છે. (૧) જગત રૂપ સ્વરૂપ (૨) પ્રભુને બિરાજવા રૂપ સ્વરૂપ, જેનું જ્ઞાનીઓ સદા ધ્યાન કરે છે, જેમ ગંગાજીનું આધિભૌતિક સ્વરૂપ તેમનું જળ સ્વરૂપ છે તેમ બ્રહ્મનું આધિભૌતિક સ્વરૂપ જગત છે. બન્ને જોઈ શકાય છે. (ગંગાજીનું જળ અને જગત) ગંગાજીનું મહાત્મ્ય સ્વરૂપ તેમનું આધ્યાત્મિક સ્વરૂપ છે તેમ અક્ષરબ્રહ્મ એ પરબ્રહ્મનું આધ્યાત્મિક સ્વરૂપ છે. તીર્થના મહાત્મ્ય સ્વરૂપને આપણી આંખો વડે આપણે જોઈ

શકતા નથી. પણ તેનો અનુભવ કરી શકાય છે તેમ અક્ષરબ્રહ્મ પણ જોઈ શકાતું નથી. અનુભવી શકાય છે. મૂર્તિમાન દેવતા સ્વરૂપ એ શ્રી ગંગાજીનું આધિદૈવિક સ્વરૂપ છે, તેમ પરબ્રહ્મનું આધિદૈવિક સ્વરૂપ તે શ્રી કૃષ્ણ ભગવાન પોતે જ છે. ગંગાજીના ત્રણે સ્વરૂપોમાં કોઈપણ જાતનો ભેદ રાખ્યા વગર વિશ્વાસથી પૂજા કરનારને ગંગાજી પોતાના દેવતા સ્વરૂપનું દર્શન આપે છે તેવી રીતે પરબ્રહ્મના ત્રણે સ્વરૂપોમાં અભેદ બુદ્ધિ રાખી પ્રભુ સેવા કરનાર ભક્તને શ્રી કૃષ્ણ-ભગવાન પણ દર્શન આપે છે. જગત્ ભગવાનથી જુદું નથી, તેમનું જ સ્વરૂપ છે તેવી ભાવના રાખીએ તો જગતમાં જ ભગવદ્ દર્શનનો આનંદ મળે.

ગંગાજીનું જળ ત્રણ ગુણવાળું નથી. જગત ત્રણ ગુણવાળું છે. સત્વગુણ, રજો ગુણ અને તમો ગુણ, પૂર્ણ પુરુષોત્તમની ઈચ્છાથી તેમનામાંથી જ તેમનું આધ્યાત્મિક સ્વરૂપ અક્ષર બ્રહ્મ પ્રકટ થયું. આ અક્ષરબ્રહ્મમાંથી જ આધિભૌતિક સ્વરૂપ જગત અને એના નિયામક ત્રણ દેવો પ્રકટ થયા. રજો ગુણના દેવતા બ્રહ્માજી-જગતની ઉત્પત્તિ કરે છે. સત્વ ગુણના દેવતા વિષ્ણુ-જગતનું રક્ષણ કરે છે. તમો ગુણના દેવતા મહાદેવજી જગતનો સંહાર કરે છે. આમ ત્રણે દેવો ત્રણ ગુણોના નિયામક છે. પરંતુ તેઓ સ્વતંત્ર નથી. શ્રી કૃષ્ણની ઈચ્છા પ્રમાણે જ જગતનો બધો કારભાર ચલાવે છે. તેથી આ જગત શ્રી કૃષ્ણની સત્તા નીચે છે. તે સ્વતંત્ર નથી.

આવા આ જગતમાં મનુષ્યો પણ ત્રણ ગુણોવાળા છે. સાત્વિક મનુષ્યોની ઈચ્છા વિષ્ણુ પૂર્ણ કરે, રાજસી મનુષ્યોની ઈચ્છા બ્રહ્માજી સંતોષે અને તામસી મનુષ્યોની ઈચ્છા મહાદેવજી પૂરી કરે. જ્યારે પોતાના ભક્તોનું બધુ જ કાર્ય, સેવામાં ઉપયોગી બધા મનોરથો પૂર્ણ પુરુષોત્તમ શ્રી કૃષ્ણ જ પૂરા કરે

છે. માટે શ્રી કૃષ્ણના ભક્તોએ અન્ય દેવનો આશ્રય કરવાની જરૂર નથી.

હવે શ્રી મહાપ્રભુજી જીવનું સ્વરૂપ સમજાવે છે. પરબ્રહ્મ જ સર્વ જગત સ્વરૂપે જગતમાં બિરાજમાન છે. આવા બ્રહ્મવાદના સિદ્ધાંતમાં વિશ્વાસ રાખી આપણી બુદ્ધિ દ્રઢ રાખવી તેમાં અવિશ્વાસ કરવો નહિ. જીવ પણ પરબ્રહ્મનો અંશ છે. તેથી તે બ્રહ્મરૂપ છે. પણ આપણા અંતઃકરણની વૃત્તિઓ અવિદ્યા રૂપ છે. તેથી જીવને પોતાનું સાચું સ્વરૂપ સમજાતું નથી, અને તેને સર્વવ્યાપક ભગવાન ન દેખાતાં અનેક રૂપો દેખાય છે. તેથી તે અહંતા-મમતા રૂપી સંસારમાં ફસાય છે. પણ જો જીવ પ્રભુની સંપૂર્ણ શરણાગતિથી ભક્તિ કરે તો તેની અવિદ્યાનો નાશ થાય છે અને જગત બ્રહ્મસ્વરૂપ છે તેનું તેને દર્શન અને જ્ઞાન થાય છે. અને આવું જ્ઞાન થતાં તે ભક્ત-ભક્તિ વડે વિશેષ જ્ઞાન મેળવી પોતાના આત્મામાં ભગવાન શ્રી કૃષ્ણના દર્શન કરી શકે છે અને તેને ખાત્રી થાય છે કે પ્રભુ તો પોતાના હૃદયમાં જ બિરાજે છે.

જીવે સંસારમાંથી આસક્તિ છોડી દેવી જોઈએ તેવી શ્રી મહાપ્રભુજી આજ્ઞા કરતા કહે છે કે જો જીવ અહંતા-મમતા રૂપી સંસારમાં આસક્ત હોય તો તે જીવ સેવા-સ્મરણ કરે તો પણ શ્રી કૃષ્ણના દર્શન પામતો નથી અને આવો સંસારી ભક્ત દુઃખી રહે છે. માટે ભક્તે સંસારમાંથી આસક્તિ છોડી શ્રી કૃષ્ણના શરણ માર્ગમાં રહેવું. હંમેશા શ્રી કૃષ્ણનો જ આશ્રય રાખવો અને શ્રી કૃષ્ણના સેવા સ્મરણ કરવાં. આપણને લીલાના જે સ્વરૂપમાં આસક્તિ હોય તે સ્વરૂપ ગુરુજી પાસે પધરાવડાવી આજ્ઞા મુજબ તનુજા-વિત્તજા સેવાથી સેવાની શરૂઆત કરવી. આમ કરતાં જો થોડી ઘણી પણ આસક્તિ સંસારમાં હશે તે સેવા ચાલુ રાખવાથી છૂટી જશે.

આવા ભક્તોએ ક્યાં રહી ભક્તિ કરવી અને કેવી રીતે કરવી તેની આજ્ઞા શ્રી મહાપ્રભુજી કરે છે.

મર્યાદા, પુષ્ટિમાર્ગીય ભક્તને પોતાના જીવસ્વરૂપ અને ભગવત સ્વરૂપનું જ્ઞાન ન હોય તેવી સ્થિતિમાં જ્યાં ભગવત સેવા, ઉત્સવો તેમજ સત્સંગ થતો હોય તેવા સ્થાનમાં નિત્ય રહેવું.

પુષ્ટિ માર્ગમાં ભગવદ્ કૃપા જ નિયામક છે. ભગવદ્ ભાવનું પોષણ કેવળ પ્રભુની કૃપા વડે જ થાય તે માર્ગનું નામ પુષ્ટિમાર્ગ. પ્રભુ કોના ઉપર ક્યારે કૃપા કરશે તેનો કોઈ નિયમ નથી. માટે સ્થાનનું ખાસ કોઈ મહત્વ નથી. ભગવદ્ સ્થાનમાં રહેવાથી સત્સંગ દ્વારા આપણા જીવ સ્વરૂપનું અને ભગવદ્ સ્વરૂપનું જ્ઞાન થાય છે અને આપણા ભગવદ્ભાવનું પોષણ થાય છે.

પ્રભુ ભક્ત ઉપર ક્રમે ક્રમે કૃપા કરે છે. જેમકે પુષ્ટિ માર્ગમાં અંગીકાર, પછી તનુજા-વિત્તજા સેવાનો અધિકાર, (સાધનારૂપી સેવાનો), પછી ફળ રૂપી માનસી સેવા સિદ્ધ કરી આપે છે અને છેલ્લે સ્વરૂપાનંદનો અગણિત આનંદ મળે છે. જ્યારે મર્યાદા માર્ગમાં મોક્ષ પર્યન્તનું સુખ મળે છે.

ભક્તે ક્યા સ્થાનમાં રહેવું તે મહત્વનું નથી પણ ભક્તિ કરવી તે મહત્વનું છે.

ઠાકોરજીના સમીપ રહેવા છતાં તે ભક્તિ ન કરે અને દુષ્ટ કર્મ કરે તો તે પતિત થાય છે. આખરે તેનો નાશ થાય છે અને હિન યોનિમાં જન્મે છે.

આ પ્રમાણે શ્રીમદ્ વલ્લભાચાર્યજીએ રચેલ સિદ્ધાંત મુક્તાવલી ગ્રંથ સમાપ્ત થયો.

પુષ્ટિ પ્રવાહ મર્યાદા ભેદ

શ્રી મહાપ્રભુજી આજ્ઞા કરે છે કે જગતમાં ત્રણ માર્ગ છે. (૧) પુષ્ટિ માર્ગ (૨) મર્યાદા માર્ગ (૩) પ્રવાહ માર્ગ. આ ત્રણ માર્ગો વચ્ચે પાંચ પ્રકારે તફાવત જોવા મળે છે. (૧) જીવ ભાવે (૨) દેહથી (૩) ક્રિયાથી (૪)સૃષ્ટિની પરંપરાથી (૫) ફળના ભેદથી.

પુષ્ટિમાર્ગ : વેદ વગેરે શાસ્ત્રો દ્વારા વર્ણવાયેલો પ્રાચીન માર્ગ છે. પુષ્ટિ એટલે પોષણ એટલે ભગવાનની વિશેષ કૃપા. અહંતા-મમતાથી પૂર્ણ આ સંસારમાંથી મન ખેંચી લઈ પ્રભુમાં લગાડવું તેનું નામ ભક્તિ, આવી ભક્તિ પ્રભુની કૃપાથી મળે છે. ભગવાનને પ્રિય થવાય તેવી રીતે ભજન કરવું તે ભક્તિ છે. **"મારા વિશે મન અને બુદ્ધિ અર્પણ કરનાર મારો ભક્ત મને અત્યંત પ્રિય છે"** આ રીતે ભગવાને પોતે પોતાના ભક્તોની શ્રેષ્ઠતા સર્વ સ્થળે વર્ણવેલી હોવાથી પુષ્ટિમાર્ગ પ્રાચીન છે અને શ્રેષ્ઠ છે. જગતના બધા જીવો કાંઈ ભક્ત નથી. કેવળ ભગવાનનું ભજન કરવું તે ભક્તિ નથી, પરંતુ ભગવાનને પ્રિય થવાય તેવી રીતે ભજન કરવું તે ભક્તિ છે. આવી ભક્તિનો માર્ગ તે પુષ્ટિમાર્ગ.

ભગવાન ગીતાજીમાં કહે છે કે હે અર્જુન ! તેં જેવાં મારાં વિશ્વરૂપનાં દર્શન કર્યાં તેવાં દર્શન કોઈ પણ મનુષ્યને વેદનો પાઠ

કરવાથી, તપ કરવાથી, દાન કરવાથી કે યજ્ઞ કરવાથી પણ થતાં નથી, પણ મારી કૃપાથી અનન્ય ભક્તિ કરવાથી જ તેને આવાં દર્શન થાય છે.

તેમજ આત્મા વડે ભાવના કરાયેલ ભગવાન જ્યારે જેના ઉપર કૃપા કરે છે ત્યારે તે મનુષ્ય લૌકિક અને વૈદિક કામનાઓનો ત્યાગ કરે છે.

શ્રીમદ્ ભાગવતના દસમ સ્કંધમાં કહ્યું છે કે ભક્તિવાળાને શ્રી કૃષ્ણ જેટલી સરળતાથી પ્રાપ્ત થાય છે તેટલી સરળતાથી કર્મ માર્ગીને કે જ્ઞાન માર્ગીને પ્રાપ્ત થતા નથી, આમ "પુષ્ટિમાર્ગ" બન્ને માર્ગોથી તદ્દન અલગ છે.

ત્રણે સૃષ્ટિના ફળ જુદાં જુદાં છે. એક સૃષ્ટિ સતત ચાલ્યા કરે તેવી ઈચ્છાથી પ્રવાહી સૃષ્ટિ રચી છે, તેથી સહજ રીતે તે જીવો આસુરી છે. તેમને લૌકિક ફળ મળે છે અને જન્મ-મરણની ઘટમાળમાં પડી અંતે નરકમાં જાય છે. મર્યાદા સૃષ્ટિમાં જે જીવો નિષ્કામ ભાવે યજ્ઞયાગાદિ કરે છે તેમને મોક્ષ મળે છે અને સકામ ભાવે કરે તેમને સ્વર્ગના સુખ મળે છે.

જ્યારે પુષ્ટિમાર્ગમાં પુષ્ટિ સૃષ્ટિને તો શ્રીઠાકોરજીના શ્રી અંગનીસેવાનું-સ્વરૂપાનંદનું ઉત્તમોત્તમ ફળ મળે છે. આમ પુષ્ટિ સૃષ્ટિની રચના ભગવત્ સેવા માટે જ પ્રભુએ કરી છે. તેથી પુષ્ટિ સૃષ્ટિના જીવો માટે ભગવત્ સેવા કરવી એ અનિવાર્ય છે. શુદ્ધ પુષ્ટિ જીવો તો માત્ર વ્રજભક્તો છે. પ્રભુને પુષ્ટિ જીવો પાસેથી પોતાની સેવા કરાવવાની ઈચ્છા હોવાથી આ પુષ્ટિ જીવોને શ્રી કૃષ્ણની સેવા કર્યા વિના ચેન જ પડતું નથી.

પ્રભુને જેવા ભાવથી તેમની પાસેથી સેવા લેવી હોય તે પ્રમાણે તેમનામાં ઓછાવત્તાપણું (ફરક) કરે છે.

પુષ્ટિમાર્ગીય જીવના મુખ્ય બે ભેદ છે.

(૧) **શુદ્ધ પુષ્ટિ જીવો :** આ જીવો ભગવાનમાં સર્વથી અધિક પ્રેમ રાખવાવાળા છે. તેઓમાં લૌક્કિ વિકારો ન હોવાથી શુધ્ધ હોય છે. તેઓમાં લૌક્કિ-વૈદિક કાર્યોમાં આસક્તિ નથી હોતી. આવા શુદ્ધ પુષ્ટિ જીવો અતિ દુર્લભ છે.

(૨) **મિશ્ર પુષ્ટિ જીવો :** પ્રભુએ પોતાના આનંદ અને લીલા વિહાર માટે આ સૃષ્ટિ ઉત્પન્ન કરી છે અને આ કાર્યની સિદ્ધિ માટે મિશ્ર પુષ્ટિ જીવો ઉત્પન્ન કર્યા છે. પુષ્ટિ જીવોને ભગવાન પોતે જ ફળ આપે છે. ભક્તના ઘરમાં અથવા તેના હૃદયમાં ભક્તના ગુણ અને સ્વરૂપ ભેદ પ્રમાણે ભગવાન સ્વયં પ્રકટ થઈ, બાળ કે કિશોર સ્વરૂપ ધારણ કરી ભક્તને સ્વરૂપાનંદનું દાન કરે છે.

પુષ્ટિજીવ જ્યારે લૌક્કિમાં આસક્ત બને, અહંકારી બને ત્યારે ભગવાન તેને શાપ અપાવે છે. કારણ કે ભક્તિ માર્ગની મર્યાદાનું સ્થાપન કરવા અને અવળા માર્ગે જનાર જીવને શુદ્ધ કરી ભગવત્ કૃપાનું દાન કરવા. માટે ભક્તોએ શાપને પણ ભગવત્ કૃપા માનવી.

જેને ભગવાન શાપ અપાવે છે તેઓ કદિ પાખંડી બનતા નથી, રોગ વગેરે પીડતા નથી, તેઓ ખૂબ પ્રભાવશાળી હોય છે. ખાસ કરીને મિશ્ર પુષ્ટિ જીવોને શુદ્ધ પુષ્ટિ જીવ બનાવવા ભગવાન શાપ અપાવે છે. આવો શાપ, શાપ નહીં પણ ભગવત્ કૃપાથી ફળરૂપ બને છે.

પુષ્ટિ જીવો પોતાની ભક્તિ ગુપ્ત રાખવા કેવળ દેખાવ ખાતર લોક્કિ અને વૈદિક કાર્યો કરે છે, તેમાં પ્રીતિ હોતી નથી, કેવળ વૈષ્ણવતા જ (પુષ્ટિમાર્ગીય સિદ્ધાંત અનુસારનું જીવન) હોય છે.

મર્યાદા જીવોને વૈદિક કાર્યોમાં અને પ્રવાહી જીવોને લૌક્કિ કાર્યોમાં જ પ્રીતિ હોય છે.

આ બધા ઉપરાંત કેટલાક જીવો આમતેમ ભટકતા હોય છે તેઓ ચર્ષણી જીવો તરીકે ઓળખાય છે. આવા જીવો કોઈ પણ માર્ગમાં સ્થિર નથી. તેમને અંતે તો યમયાતના ભોગવવી પડે છે.

ત્રણે માર્ગ સાથે સબંધ રાખનારા આવા જીવો જન્મ-મરણની ઘટમાળામાં ફર્યા જ કરે છે, આવા જીવો નરકમાં જાય છે. આવા જીવોનો સંગ કરવો નહિ.

ભગવાન કે ભક્તના અપરાધથી અથવા વેદ વિરુદ્ધ વર્તન કરવાથી કે વેદની નિંદા કરવાથી પુષ્ટિ કે મર્યાદા જીવો પ્રવાહ માર્ગમાં અથવા હીન યોનિમાં જનમે છે પરંતુ તેમનું પતન થતું નથી.

આ પ્રમાણે શ્રી મહાપ્રભુજીએ રચેલ પુષ્ટિ પ્રવાહ મર્યાદા ભેદ ગ્રંથ પૂરો થયો.

સિધ્ધાંત રહસ્યમ્

આ ગ્રંથ વેદ તુલ્ય છે, કારણ આ વાણી સાક્ષાત્ શ્રી ઠાકોરજીની જ છે.

(૧) પહેલા જ શ્લોકમાં આપશ્રીએ કહ્યું છે કે શ્રાવણ માસના શુક્લ (સુદ) પક્ષની અગિયારસની મધ્ય રાત્રિએ સાક્ષાત પ્રભુએ પ્રકટ થઈને જે કંઈ કહ્યું છે તે હું અક્ષરે અક્ષર (જરાય ફેરફાર કર્યા વિના) કહું છું.

ગ્રંથમાં મુખ્યત્વે બે ભગવદાજ્ઞાઓ છે. (૧) બ્રહ્મસબંધ લઈ દોષ મુક્ત થવાની (૨) બ્રહ્મ સબંધ લીધા પછી કેવી રીતે જીવન જીવવું તે અંગેની.

આ વિશિષ્ટ દિવસે અને સમયે ભગવદ્દાજ્ઞા થવાનું કારણ ભક્તોના ત્રણે પ્રકારના દોષો

- આધિભૌતિક
- આધ્યાત્મિક
- આધિદૈવિક-નિવૃત્ત કરવાનું છે.

(૧) શુક્લપક્ષ એટલે સુદ-અજવાળીયું ચંદ્રની કળા રોજ રોજ વધે, અંધારૂ ઓછું થાય, પ્રકાશ વધે - તેવી રીતે

શરણે આવેલ જીવોના આધિભૌતિક દોષો પણ દૂર થાય.

(૨) અગિયારસે પાંચ કર્મેન્દ્રિય, પાંચ જ્ઞાનેન્દ્રિય અને અગિયારસમું મન આમ અગિયારેય ઈન્દ્રિયોને ઉપવાસ (નજીક રહેવું) વડે (ઉદર પોષણના લૌકિક કાર્યમાંથી મુક્ત થઈ) પ્રભુમાં જોડવામાં આવે છે. આમ કરવાથી શરણે આવેલ જીવના આધ્યાત્મિક દોષો દૂર થાય છે.

(૩) જન્માષ્ટમીએ પ્રભુ પ્રગટ થયા નિઃસાધન જીવોનો ઉદ્ધાર કરવા. તેવી જ રીતે આ દિવસે પ્રભુએ મધ્ય-રાત્રિએ પ્રગટ થઈ શ્રી મહાપ્રભુજીને આજ્ઞા કરી - દૈવીજીવોનો ઉદ્ધાર કરવા. આમ આધિદૈવિક દોષોની નિવૃત્તિ થાય છે.

અને આ આજ્ઞા વિશિષ્ટ છે કારણ કે સ્વપ્ન દ્વારા કે આકાશ વાણી દ્વારા નથી થઈ પણ સાક્ષાત પ્રભુએ પ્રગટ થઈ કરેલી આજ્ઞા છે.

(૨) બ્રહ્મસબંધ કરવાથી મનુષ્યો અને પ્રાણી માત્રના દેહ અને જીવના સર્વ દોષો દૂર થાય છે. શરીર અને આત્માને શાસ્ત્રોમાં કહ્યા પ્રમાણે પાંચ પ્રકારના દોષો લાગેલા હોય છે. તે ભગવત્ સેવામાં પ્રતિબંધ કરનાર હોય છે. બ્રહ્મસબંધ થવાથી આ દોષો દૂર થતાં જીવ બ્રહ્મ જેવો નિર્દોષ બનતા સેવાનો અધિકારી બને છે.

બ્રહ્મ = પૂર્ણ પુરુષોત્તમ

સબંધ = જોડાવું

પુષ્ટિમાર્ગમાં દીક્ષા બે પ્રકારની છે (૧) શરણ મંત્રની (અષ્ટાક્ષર મંત્રની) આ દીક્ષા પ્રભુ સાથે આપણા વિવાહ

(સગપણ) સમાન છે. (૨) અને બ્રહ્મ સબંધની દીક્ષા પ્રભુ સાથે લગ્ન સમાન છે. બ્રહ્મ સબંધથી દોષો નિવૃત થતાં આપણને નવો જન્મ પ્રાપ્ત થાય છે. જીવ બ્રહ્મ જેવો નિર્દોષ થાય છે.

(૩) (૧) સહજ (૨) દેશ (૩) કાળ (૪) સંયોગ અને (૫) સ્પર્શથી ઉત્પન્ન થતા પાંચ પ્રકારના દોષો બ્રહ્મસબંધથી દૂર થાય છે. અને કોઈ રીતે સેવામાં અડચણ કરતા નથી.

(૩½) બીજી કોઈ રીતે આ દોષો દૂર થતા નથી. કર્મ કરવાથી સુખ મળતું નથી. પ્રાયશ્ચિત કરવાથી દોષો દૂર થતા નથી. એતો મનના સમાધાનનું કારણ માત્ર છે. જ્ઞાનથી દોષ દૂર થાય છે. (ગીતાજી પ્રમાણે) પણ જ્ઞાન મેળવવું સરળ નથી. કલિયુગમાં તીવ્ર વૈરાગ્ય વિના જ્ઞાન થવું અશક્ય છે. માટે પ્રભુને બધું સમર્પણ કરી તે બધા પદાર્થોને બ્રહ્મસબંધ દ્વારા શુદ્ધ કરવા તે સૌથી સરળ ઉપાય છે.

(૪½) પ્રભુને સમર્પણ કર્યા વિનાની બધી વસ્તુઓનો ત્યાગ કરવો જોઈએ. બધા જ કાર્યો, પ્રભુને બધીજ વસ્તુઓ સમર્પણ કરીને જ કરવાં જોઈએ આ પુષ્ટિ માર્ગની રીતિ છે. જેમકે શ્રાદ્ધ જેવાં વૈદિક કાર્યો પ્રસાદી અન્નથી કરવાં, યજ્ઞમાં ઘી વગેરે પ્રસાદી કરી વાપરવું, બ્રહ્મભોજન પણ પ્રસાદથી જ કરાવવું, લગ્નથી સ્ત્રી સેવામાં સહાયક થશે એમ વિચારવું, વસ્ત્ર, આભૂષણો અથવા જે વસ્તુઓ સેવામાં પ્રત્યક્ષ અંગીકારના થઈ શકે તેવા પદાર્થો સેવાના કાર્યમાં પહેલા વાપરવા. સારાં-વસ્ત્ર આભૂષણ પહેરી વિચારવું કે ઠાકોરજી ખૂબ ખુશ થશે. નવા જોડાં પહેરી દર્શને જવું વગેરે.

હવે કઈ વસ્તુઓ અંગિકાર ન કરાવવી તે સમજાવે છે.

(૫) શ્રી કૃષ્ણ દેવાધિદેવ છે. તેમને અર્ધભુક્તા (અર્ધી વાપરેલી) સામગ્રી સમર્પણ ન કરવી. લાવેલી વસ્તુઓ પહેલાં પ્રભુને અંગીકાર કરાવ્યા વિના તેમાં લાલસા રાખવી નહિ. ભૂલે ચૂકે આવી ઇચ્છા થઇ જાય તો દીનતાપૂર્વક પ્રભુની માફી માગી લેવી. બધી જ વસ્તુઓ પહેલા પ્રભુને અંગીકાર કરાવી પ્રસાદી રૂપે જ વાપરવી. પ્રસાદનો અર્થ કૃપા થાય છે.

(૫$\frac{૧}{૨}$) દરેક કાર્યની શરૂઆતમાં સર્વ વસ્તુઓ પ્રભુને સમર્પણ કરી. પછી જ તેનો ઉપયોગ કરવા ઉપર શ્રીમહાપ્રભુજી ભાર મૂકી આજ્ઞા કરે છે.

(૬$\frac{૧}{૨}$) હવે શ્રી મહાપ્રભુજી દાન અને સમર્પણ વચ્ચેનો તફાવત સમજાવે છે. કોઈપણ વસ્તુ ઉપરથી આપણો હક્ક ઉઠાવી લઈ, સામી વ્યક્તિનો હક્ક બેસાડવો તે દાન કહેવાય. જ્યારે જે વસ્તુ જેની છે તેને તે સોંપવી તે સમર્પણ કહેવાય. દાન કરેલી વસ્તુનો ઉપયોગ ન કરાય તે શાસ્ત્ર વિરુદ્ધ છે. પૂજા માર્ગમાં દાનનો જ પ્રચાર છે. સમર્પણનો તો વિચાર જ નથી. ભક્તિમાર્ગમાં પ્રભુને સમર્પણ કરવાથી ભગવદ્ રૂપ બને છે. તેથી સમર્પણ કરીને જ પ્રસાદી રૂપે-કૃપા રૂપે વાપરવાની રીત છે. આમ પ્રસાદી વસ્તુઓનો ઉપયોગ કરી આપણે માયાને તરી જઈએ છીએ.

(૭$\frac{૧}{૨}$) જેવી રીતે જગતમાં સેવક માલિકની ઇચ્છા સમજી, તેની આજ્ઞા પ્રમાણે બધું કાર્ય કરે છે. તેવી રીતે ભક્તે પણ બધું સમર્પણ કરીને જ બધો વ્યવહાર કરવો જોઈએ. સર્વ કાર્ય કરતાં પહેલાં ભક્તે પ્રભુને વિનંતી કરી આજ્ઞા માગવી જોઈએ. અથવા મનથી સમર્પિત કરી સર્વ કાર્ય

કરવાં તેથી દોષ લાગતો નથી. અને સર્વ વસ્તુ દોષ રહિત થાય છે.

(૮$\frac{૧}{૨}$) હવે શ્રી મહાપ્રભુજી ગંગાજીનું ઉદાહરણ આપી સમજાવે છે. કે બ્રહ્મ સાથેના સબંધથી કઇ રીતે બ્રહ્મપણું-નિર્દોષપણું પ્રાપ્ત થાય છે.

મલિન જળ ગંગાજીમાં નથી મળતું ત્યાં સુધી અપવિત્ર રહે છે. પરંતુ ગંગાજીમાં મળતાં ગંગા જળ થઇ જાય છે. જે મેલા જળને અડકવાથી સ્નાન કરવું પડે, તે ગંગાજીમાં ભળી જવાથી, ગંગાજીના સામર્થ્યથી પવિત્ર બનતાં પાન કરવા લાયક બને છે. તેમાં સ્નાન કરવાથી પાપ નિવૃત થાય છે.

તેવી રીતે બ્રહ્મસબંધથી બ્રહ્મપણું-નિર્દોષપણું સિદ્ધ થાય છે.

આમ બ્રહ્મસબંધ પછી ભવિષ્યમાં નવા દોષ ના લાગે માટે સર્વ વસ્તુ સમર્પણ કરીને જ ઉપયોગમાં લેવી.

ટુંકમાં બ્રહ્મસબંધ લઇ, આજ્ઞા મેળવી. યથા શક્તિ, દીનતાપૂર્વક સેવા કરવી અને બધી વસ્તુઓ પ્રભુને અંગીકાર

કરાવી ઉપયોગ કરવો. હંમેશાં ભગવદીયો સાથે મળી બ્રહ્મસબંધ મંત્રનું રહસ્ય વિચારવું.

(૯$\frac{૧}{૨}$) જેવી દેવમાં સર્વોત્તમ ભક્તિ હોય તેવી જ ભક્તિ ગુરુદેવમાં રાખી, તેમની આજ્ઞા પ્રમાણે ચાલવું.

આ પ્રમાણે શ્રીમદ્ વલ્લભાચાર્યજીએ રચેલ સિદ્ધાંત રહસ્ય ગ્રંથ સંપૂર્ણ થયો.

નવરત્નમ્

જે ભક્તોએ આત્મ નિવેદન દ્વારા પોતાનું સર્વસ્વ પ્રભુને સમર્પણ કરી દીધું છે તેમણે કોઈપણ સમયે, કોઈપણ જાતની ચિંતા કરવી નહિ. ભક્તો સેવા પધરાવી સેવા કરે, પરંતુ સેવામાં મન લાગે નહિ, મનમાં ખૂબ વ્યગ્રતા રહે તો પણ કોઈપણ જાતની ચિંતા કરવી નહિ. પણ શ્રદ્ધાથી અને અતૂટ શરણ ભાવનાથી નવરત્નમ્‌નો પાઠ કરવો જેથી શ્રી મહાપ્રભુજીની કૃપાથી મનની વ્યગ્રતા, ચિંતા વગેરે દૂર થઈ મન ભગવદ્ સેવામાં સ્થિર થશે. (લાગશે.)

(૧) બ્રહ્મસંબંધી જીવે દ્રઢ વિશ્વાસ રાખવો કે પ્રભુ તેની લૌકિક ગતિ કદાપિ નહિ કરે, જીવે તેનું અંતઃકરણ સર્વ ઉપાયોથી પ્રભુમાં જોડવું અને સતત અષ્ટાક્ષર મંત્રનો જપ કરવો. કોઈ વખત પરીક્ષા કરવા, પ્રારબ્ધના ભોગે, કે તંદુરસ્ત શરીર ન હોવાથી કે કૌટુંબિક મુશ્કેલીઓને લીધે સેવામાં મુશ્કેલીઓ આવી પડે તો પણ ચિંતા ન કરતાં શરણાગતિ સ્વીકારવી. પ્રભુ ખૂબ દયાળુ છે, તે શરણે આવેલાનો

અવશય ઉદ્ધાર કરી અંગિકાર કરે છે. કદી તરછોડતા નથી, માટે ચિંતા છોડી શરણ ભાવના રાખવી.

(૨) નિવેદન મંત્રનું તાંર્શિ વૈષ્ણવો સાથે મળીને હંમેશા સ્મરણ કરવું. નિવેદન મંત્રના સ્મરણથી આસુરાવેશ થતો નથી. ભગવાન સર્વના ઈશ્વર અને સર્વના આત્મા છે. તેથી તેઓ પોતાની ઈચ્છા પ્રમાણે જ બધું કરશે. માટે **કદાપિ પ્રાર્થના ન કરવી.**

(૩) બધાનો પ્રભુ સાથે સબંધ છે. કોઈનો મુખ્ય કે ગૌણ નથી. બ્રહ્મસબંધ વખતે સ્ત્રી, પુત્ર, કુટુંબ વગેરેનું સમર્પણ કરીએ છીએ પણ તે બધાં ચેતન પદાર્થો છે. તેમને પોતાનો અલગ આત્મા છે. દરેકને પાંચ દોષ લાગેલા છે માટે તેમનો બ્રહ્મસબંધ થવો જરૂરી છે. કદાચ સંજોગોવશાત્ અલગ બ્રહ્મસબંધ ન થયું હોય તો પણ ચિંતા ન કરવી. આપણા સંબંધથી તેમનું પણ પ્રભુને સમર્પણ થયેલું જ છે તેમ માનવું. આ રીતે જડ પદાર્થોનું પણ સમર્પણ થઈ જાય છે. કોઈ ચેતન કે જડ પદાર્થોનો સેવામાં

વિશેષ (વિનિયોગ) અંગિકાર થાય તો માનવું કે તેના ઉપર પ્રભુની વિશેષ કૃપા છે. કદાચ આપણા દેહાદિક માટે કોઈ ચેતન કે જડ પદાર્થોનો ઉપયોગ થાય તો પણ ચિંતા કરવી નહિ અને તેમાં અહંતા-મમતા રાખવી નહિ. દરેક કાર્ય કરતી વખતે પ્રભુની શરણ-ભાવના વિચારવી.

(૪) સમજપૂર્વક કે સમજ્યા વિના પણ જેમણે બ્રહ્મસબંધ લીધું છે અને પોતાના પ્રાણ શ્રીકૃષ્ણની સાથે જોડયા છે તેમણે ચિંતા કરવી નહિ. કારણ પ્રભુ સર્વ સમર્થ છે. નિવેદન પછી પ્રભુ પ્રેમ લક્ષણા ભક્તિ આપી પોતાના સ્વરૂપ-દર્શનનું દાન કરશે.

(૫) આત્મનિવેદનનો પ્રભુ અંગીકાર કરે જ છે માટે ચિંતા કરવી નહિ. પ્રભુએ કૃપા કરીનેજ જીવની પાસે આત્મનિવેદન કરાવ્યું છે. ભૂલથી પણ જો અન્ય વિનિયોગ થઇ જાય તો પણ ચિંતા કરવી નહિ. કારણકે શ્રીહરિ પોતે સર્વ સમર્થ છે. કોઈ સાધનની અપેક્ષા રાખતા નથી. કેવળ પોતાના પ્રમેય બળથી જ ભક્તનો ઉદ્ધાર કરે છે.

(૬) આપણા લૌક્કિ-વૈદિક કાર્યોમાં વિઘ્ન આવે ત્યારે માનવું કે તેમાંથી આપણી આસક્તિ છોડાવવા પ્રભુએ જ વિઘ્ન નાખ્યાં છે. માટે તેમાંથી આસક્તિ છોડી, પ્રભુની શરણ-ભાવના કરવી. ભક્ત પ્રભુનું સ્મરણ છોડી લોક્કિ-વૈદિક કાર્યો કરે તે પ્રભુને ગમતું નથી, માટે તેમાં વિઘ્નો આવે તો પ્રભુની કૃપા માનવી. સેવા-સ્મરણમાં આનંદપૂર્વક મન જોડવું અને વિચારવું કે પ્રભુએ મારો અંગીકાર કરવા માંડયો છે. આવા ભક્તોએ જળકમળવત્-સાક્ષીવત્ થઇ રહેવું. નિરૂપાયે કરવાં પડે તો લૌક્કિ-વૈદિક કાર્યો આસક્તિ વિના કરવાં.

(૭) ગુરુની આજ્ઞા પ્રમાણે સેવા કરવી. સેવા કરતાં ક્યારેક પ્રભુ આજ્ઞા કરે તો તે પ્રમાણે સેવામાં વર્તવું તેમ કરતાં ગુરુ દેવની આજ્ઞા બાધક થતી નથી. આજ્ઞા ક્યાં તો પ્રભુ સાક્ષાત કરે, અથવા સ્વપ્ન દ્વારા અથવા અંતઃકરણ દ્વારા કરે છે. ભગવદ્ આજ્ઞા બે પ્રકારની હોય છે. (૧) પ્રભુને સુખ થાય તેવી-તેનું તરત જ પાલન કરવું. (૨) ભક્તને સુખ થાય તેવી આજ્ઞા હોય તો પાલન કરવું નહિ.

(૮) ભગવાનની સેવા કરતાં પણ ભગવાન આપણા ચિત્તને ઉદ્વેગ વાળું કરે ત્યારે તે ભગવાનની લીલા છે. એમ માની ચિંતાનો તરત ત્યાગ કરવો. ભગવાન કસોટી કરવા કે

પ્રારબ્ધના ભોગ ભોગવવા દુઃખ આપે તો સહન કરવું અને ધીરજ તેમજ શરણ ભાવના રાખવી. જે જે દુઃખ આવી પડે તે બધી પ્રભુની લીલા છે અને આપણા પ્રારબ્ધના કર્મોનો નાશ કરવા માટે છે.

એમ માની ચિંતા ન કરવી. કારણ કે ચિંતાથી બળેલા હૃદયમાં પ્રભુ બિરાજતા નથી. તેવા હૃદયમાં ભક્તિ ભાવ ટકતો નથી, આસુરાવેશ આવી જાય છે માટે ચિંતા છોડી સેવા-સ્મરણ કરતાં પ્રભુ પરાયણ જીવન ગાળવું.

(૯) છતાં પણ ચિંતા થયા કરે તો સર્વાત્મ ભાવથી નિરંતર "શ્રીકૃષ્ણ:શરણં મમ્" એ અષ્ટાક્ષર મહામંત્ર સતત રટયા કરવો એવી શ્રી મહાપ્રભુજીની આજ્ઞા છે.

પ્રભુ કોઈપણ સાધનથી પ્રાપ્ત થતા નથી. તેઓ જે જીવ પર કૃપા કરે તેને અવશ્ય પ્રાપ્ત થાય છે. માટે બ્રહ્મસબંધ લીધા પછી પ્રભુ મારું સર્વ સિદ્ધ કરશે તેમ માની અશક્ય વિચારો છોડી દેવા. દીનતાપૂર્વક પોતાની અશક્તિ વિચારી, પ્રભુની શરણ ભાવના રાખવી. પ્રભુ સર્વ સામર્થ્યવાન છે. કર્તુમ, અકર્તુમ અન્યથા કર્તુમ્ છે. પરમાનંદ આપનાર છે. માટે તેમની શરણાગતિથી ચડિયાતું બીજું કોઈ જ સાધન નથી. માટે હર હંમેશ સતત અષ્ટાક્ષર મહામંત્ર "શ્રીકૃષ્ણ: શરણં મમ" નું રટણ કરવાની શ્રી મહાપ્રભુજી આજ્ઞા કરે છે.

આ પ્રમાણે શ્રીમદ્ વલ્લભાચાર્યજી રચેલ નવરત્ન્ ગ્રંથ પૂર્ણ થયો.

અંતઃકરણ પ્રબોધ

અંતઃકરણ દશ ઈન્દ્રિયોનો રાજા છે. અંતઃકરણમાં મન, બુદ્ધિ, ચિત્ત અને અહંકાર રહેલાં છે. જો અંતઃકરણ કાબુમાં આવે તો દશે ઈન્દ્રિય પણ આપણા કાબુમાં રહે. માટે અંતઃકરણને કાબુમાં રાખવા તેને બોધ આપે છે.

હે અંતઃકરણ! તું સાવધાન થઈને મારી વાત સાંભળ, ખરેખર વિચાર કરતાં શ્રીકૃષ્ણ સિવાય દોષ રહિત બીજું એકે દૈવતત્વ નથી. શ્રીકૃષ્ણ ક્ષર અને અક્ષરથી પણ ઉત્તમ છે. તેમનાથી ઉત્તમ બીજું કોઈ નથી. માટે જો તેમની આજ્ઞા ન માનીયે તો વિપરીત ફળ પ્રાપ્ત થાય.

જીવ ચાંડાલ સ્ત્રી (જે રાજાને પરણી હતી) જેવો છે, અને પ્રભુ રાજા જેવા છે. જીવનો પ્રભુ અંગીકાર કરે પછી, કદાચ એને સંયોગનું ફળ જલ્દી ન મળે તો પણ ચિંતા કરવી જોઈએ નહિ. વિયોગનો વિલંબ એ પણ ફળરૂપ છે. બ્રહ્મસબંધી જીવને પ્રભુ ક્યારેય તરછોડતા નથી. જીવસ્વભાવથી કદાચ કોઈક ધર્મ વિરૂદ્ધ નું કાર્ય થઈ જાય તો પણ તેને ફળ મળવામાં વિલંબ થઈ જાય એટલું જ, બાકી ફળ તો અવશ્ય મળે છે જ. બ્રહ્મસબંધ લીધા પહેલાં તેની જેવી દયા પાત્ર સ્થિતિ હતી તેવી સ્થિતિ ક્યારેય થતી

નથી. બ્રહ્મસબંધ લીધા પહેલાં જીવ દોષથી ભરેલો હોવાથી ઉત્તમ નહતો. પ્રભુએ અંગીકાર કરેલ જીવ પર પ્રભુ અપ્રસન્ન થાય તો પણ તેણે પશ્ચાતાપ કે ચિંતા ન કરતાં દીનતાપૂર્વક પ્રભુ શરણ રાખવું જોઈએ.

ભગવાન સત્ય સંકલ્પવાળા છે. પોતે જે ફળ આપવાનું વિચાર્યું હશે તેનાથી જુદું ફળ તો કદી નહિ આપે, ફળ આપવામાં વિલંબ પણ નહિ કરે. માટે હે અંતઃકરણ ! તારે શ્રી કૃષ્ણની આજ્ઞા પ્રમાણે જ હંમેશાં બધાં કાર્યો કરવાં નહિ તો સ્વામીનો દ્રોહ કર્યો ગણાશે. આજ્ઞા પાલન કરવી તે તો સેવકનો ધર્મ છે. પ્રભુ પોતાના ભક્તનાં સર્વ કાર્યો કરશે.

પ્રભુ તો અલૌક્કિ સ્વામી છે. તેમણે કરેલ સેવકનો અંગીકાર ત્રણે કાળમાં અફર છે. જેનો તેઓ અંગીકાર કરે છે તેના ત્યાગની સંભાવના જ નથી. જીવના ઉપર પ્રભુનીકૃપા થવાથી જ તે ભક્તિ માર્ગની રીતે પોતાનું સર્વ સમર્પણ કરી શક્યો છે અને કૃતાર્થ થયો છે. માટે મનમાંથી ચિંતા છોડી, પ્રભુની આજ્ઞા પ્રમાણે વર્તી તું સુખી થા.

શ્રી મહાપ્રભુજીને શ્રી ભાગવતનો ગૂઢ અર્થ પ્રકટ કરવાની આજ્ઞા હતી. તેનું પાલન કરવાથી, ગોલોકમાં જવાની બે આજ્ઞાઓનું પાલન કરી શક્યા નહિ, તેથી પ્રભુના વિરહની શિક્ષા થઈ છે. પણ જો પ્રભુ તેમને સેવક ન માનતા હોત અથવા બે આજ્ઞા ન માનવાનો અપરાધ સ્વીકારતા હોત તો ત્રીજી વખત આજ્ઞા ન કરત, માટે પશ્ચાતાપ કરવો યોગ્ય નથી. પણ ત્રીજી આજ્ઞાના પાલન માટે ટીકા લખવાનો આગ્રહ છોડી સંન્યાસ ગ્રહણ કર્યો.

પ્રભુને આપણી સર્વ પ્રકારે જરૂર હોય તેમ જાણવા છતાં પ્રભુની આજ્ઞા પ્રમાણે કાર્ય ન કરીએ તો પ્રભુ અપ્રસન્ન થાય

છે. આપણું શરીર પ્રભુને સમર્પણ કર્યું હોવાથી તેનો ઉપયોગ પ્રભુ સેવામાં જ થવો જોઇએ. તો જ પ્રભુ પ્રસન્ન થાય છે. શરીરને શ્રમ પડશે માની, પ્રભુ સેવા છોડવાથી પ્રભુ કદાપિ પ્રસન્ન થતા નથી.

ભગવદ્ આજ્ઞા પ્રમાણે વર્તવાનું અશક્ય લાગે ત્યારે પણ (શ્રી હરિનું જ શરણ સ્વીકારવું) શ્રી હરિ જ શરણ છે માટે કોઇ રીતે મોહ પામવો નહિ કે મૂઝાવું નહિ.

શ્રી વલ્લભાચાર્યજીએ પોતાના અંતઃકરણને સંબોધીને કરેલાં હિતકારી વચનો જે ભક્ત સાંભળે છે, તે ભક્ત ચિંતા વગરનો થાય છે.

પ્રભુના દાસ બનનારે કોઇ પ્રકારની ચિંતા કરવી નહિ. અંતઃકરણ ચિંતાથી ભરેલું હોય તો પ્રસન્ન રહેતું નથી. અંતઃકરણ પ્રસન્ન હોય તો દાસ ધર્મ ભૂલાતો નથી. માટે આજ્ઞા મુજબ સેવા-સ્મરણ કરતા નિશ્ચિન્ત બનીને રહેવું જોઇએ.

આ રીતે શ્રીવલ્લભાચાર્યજીએ પ્રગટ કરેલ અંતઃકરણ પ્રબોધ ગ્રંથ પૂર્ણ થયો.

વિવેક ધૈર્યાશ્રય

આપણી ભક્તિ દ્રઢ થાય તેના ઉપાય આ ગ્રંથમાં શ્રી મહાપ્રભુજીએ બતાવ્યા છે. તેમાં વિવેક, ધૈર્ય અને આશ્રયના સ્વરૂપનું ખૂબ સુંદર રીતે આપશ્રીએ નિરૂપણ કર્યું છે.

પ્રભુ પોતાની ઇચ્છા પ્રમાણે જે કરે છે તે યોગ્ય હશે તેમ માનવું તેનું નામ વિવેક.

અવિવેકના નવ પ્રકાર આપશ્રીએ બતાવ્યા છે.

(૧) પ્રથમથી જ પ્રભુનું શરણ સ્વીકારી, પ્રભુનાં સેવા-સ્મરણ કરવાં. તે કદાપિ છોડવા નહિ. તે સિવાય બીજો પ્રયત્ન કરવો નહિ.

(૨) જીવે સેવા સબંધી અલોકિક ઇચ્છા કરવી. પ્રભુ જરૂરી પૂરી કરશે. લૌકિક કે વૈદિક ઇચ્છા કરવી નહીં.

(૩) પ્રાર્થના કરવી નહિ (માગણી) તેથી આપણને ઉત્તમ ફળ મળતું નથી.

(૪) પ્રભુ બધું આપવા સમર્થ છે. માટે તેમની સેવા છોડી બીજા પ્રયત્નો કરવા નહીં તે નકામા જાય છે.

(૫) હું પ્રભુનો દાસ છું. બધું તેમને આધીન છે એવી બ્રહ્મસબંધની ભાવના રાખી વાસના સહિત અભિમાનનો પૂરેપૂરો ત્યાગ કરવો.

(૬) પ્રભુ હંમેશાં ભક્તના અંતઃકરણમાં બિરાજે છે. એટલે સેવા કરતાં જો પ્રભુની કોઈ વિશેષ (ભગવદ્ સુખ માટેની) આજ્ઞા થાય તો તે પ્રમાણે સેવા કરવી. લૌક્કિ કાર્ય સબંધી આજ્ઞા હોય તો તેનું ઉલ્લંઘન કરતાં દોષ લાગતો નથી.

(૭) આપત્તિ કાળમાં પ્રભુ અર્થે તેમજ લૌક્કિ બાબતો માટે વિના પ્રયત્ને જે મળે તેનાથી ચલાવી લેવું. પણ તે માટે દેવું કરવા જેવી હઠ કદાપિ રાખવી નહિ.

(૮) ભગવત્ સેવા છોડી, લૌક્કિ-વૈદિક કાર્યો કરવાનો આગ્રહ રાખવો નહિ. સેવાના અનવસરમાં પ્રભુમાં ચિત્ત રાખી, લૌક્કિ-વૈદિક કાર્યો વ્યવહાર પૂરતાં કરવાં.

(૯) દરેક કાર્ય કરતાં ધર્મ-અધર્મનો સૂક્ષ્મ વિચાર કરવો. જે કરવાથી પાપ લાગે અથવા અધર્મ થાય તેવા કાર્યો ન કરવાં.

હવે ધૈર્ય ના સ્વરૂપનું વર્ણન કરવામાં આવે છે. દુઃખો ત્રણ પ્રકારનાં છે.

(૧) આધિ ભૌતિક દુઃખ - દેહ સંબંધી હોય છે.

(૨) આધ્યાત્મિક દુઃખ - ઈંદ્રિયો સંબંધી હોય છે.

(૩) આધિદૈવિક દુઃખ - પ્રારબ્ધ ભોગવવા કે પ્રભુએ ફળ આપવામાં કરેલા વિલંબ સંબંધી હોય છે. આવ ત્રણે પ્રકારનાં દુઃખ ચારે તરફથી આવી પડે ત્યારે મરણ પર્યંત સહન કરવાં તેનું નામ ધીરજ છે.

(૧) **આધિભૌતિક દુ:ખ** :- દેહના તથા બધી લૌકિક વસ્તુઓના અભિમાનનો ત્યાગ કરવો. જેમ માખણ કાઢી લીધા પછીની છાશ સત્વ વિનાની હોય છે, તેમ માખણની માફક સારવાળા ભગવાનમાં મન પરોવવું, સત્વ વિનાની છાશના જેવા અભિમાનનો ત્યાગ કરવો.

(૨) **આધ્યાત્મિક દુ:ખ** :-કામ, ક્રોધ વગેરેને લીધે થનારાં દુ:ખ ઈન્દ્રિયોનાં દુ:ખ છે. આવા દુ:ખ જડભરતજીની જેમ સહન કરવા. આપણે પણ આપણું શરીર અને બધી ઈન્દ્રિયોનો હંમેશાં પ્રભુમાં જ વિનિયોગ કરાવવો, આપણી ઈન્દ્રિયો જો સેવા, સ્મરણમાં તલ્લીન રહે તો કામ, ક્રોધ વગેરેનાં દુ:ખ બાધા કરતાં નથી.

(૩) **આધિદૈવિક દુ:ખ** :- પ્રભુની પ્રાપ્તિ કરવામાં પ્રારબ્ધનાં દુ:ખો અંતરાયરૂપ બને છે. અથવા ભગવાન જીવની પરીક્ષા કરવા માટે ભગવદ્ પ્રાપ્તિમાં વિલંબ થાય તેવાં દુ:ખ આપે છે. તે આધિદૈવિક દુ:ખો છે. ભક્તિ ભાવપૂર્વક, દીનતાપૂર્વક જીવે ભગવાનના શરણે રહી તે સહન કરવાં જોઈએ.ભગવદ્ ઈચ્છાથી જો દુ:ખ દૂર કરવાનો ઉપાય મળી આવે તો, દુ:ખ ભોગવવાનો આગ્રહ રાખવો નહિ.

(૧) **આધિભૌતિક દુ:ખ દૂર કરવાનો ઉપાય** :- સ્ત્રી, પુરુષ વગેરે સેવામાં અનુકુળ હોય તો તેમનો સહકાર લેવો. તેઓ ઉદાસીન હોય તો જાતે સેવા કરવી. પરંતુ તેઓ પ્રતિકૂળ હોય તો તેમનો ત્યાગ કરવો. સર્વ ઈર્ષા અને તિરસ્કાર કરે તો સહન કરવાં, પણ આપણે ક્રોધ ન કરવો. આ બધાં ભગવદ્ ઈચ્છાથી દેહના પૂર્વ સંબંધે આવી મળ્યાં છે તેમ જાણી ધીરજ રાખી સહન કરવું.

શરીરને રોગ થાય અને ભગવદ્ ઈચ્છાથી નીરોગી બનાવવાનો જો કોઈ ઉપાય મળી જાય તો કરવો અને તે કરતાં એવી ભાવના રાખવી કે શરીર સારું હશે તો ભગવાનની સેવા સારી રીતે કરી શકાશે. જેથી પ્રભુને પરિશ્રમ નહિ પડે.

(૨) **આધ્યાત્મિક દુઃખ દૂર કરવાનો ઉપાય** :- ઈન્દ્રિયોને વિષય વ્હાલા છે. તે વિષયરૂપી ભોગ્ય પદાર્થો છોડતાં આપણને દુઃખ થાય છે. પ્રભુની પ્રસાદી વસ્તુઓથી ઈન્દ્રિયોના ભોગ ભોગવવામાં આવે તો વૈષ્ણવોની અંદરની અને બહારની શુદ્ધિ થાય છે. તેથી પ્રભુ હૃદયમાં પધારે છે. પણ ઈન્દ્રિયોના ભોગ સેવામાં બાધક થતા હોય તો તે અવશ્ય છોડવા અને તે છોડતાં જે દુઃખ થાય તે ધીરજ પૂર્વક સહન કરવું.

(૩) **આધિદૈવિક દુઃખ દૂર કરવાનો ઉપાય** :- નીતિપૂર્વક ધંધો-નોકરી કરતાં જે ધન મળે તેનો ભાવપૂર્વક પ્રભુની સેવામાં વિનિયોગ કરવો. મોજશોખમાં ન વાપરવું. પ્રારબ્ધ ભોગના લીધે દ્રવ્ય ન મળે તો દુઃખી ન થવું. ભગવદ્ ઈચ્છામાની સહન કરવું. પ્રભુ જે સ્થિતિમાં રાખે તે સ્થિતિમાં રહી, બને તે રીતે સેવા-સ્મરણ કરવાં. પ્રભુ દયાળુ છે. સર્વેશ્વર છે. આપણું ભલું કર્યું છે, કરે છે અને કરશે તેમ માનવું.

સર્વે ઈન્દ્રિયોને પ્રભુ સબંધના (અલૌક્કિ) વિષયોમાં જોડવી. દુન્યવી વિષયોના વિચાર જ ન કરવા, કશાની ઈચ્છા જ ન રાખવી, આને **મનનો નિરોધ** કહેવાય. ભોગવવાનું મન થાય તેવી વસ્તુમાં વાસના ન રાખવી, તે વાપરવી નહિ. શરીરથી કોઈને દુઃખ ન આપવું. તેને **કાયાનો નિરોધ** કહેવાય. કડવાં

વચન ન બોલવાં, જરૂર પૂરતું જ ઓછામાં ઓછું બોલવું. થોડું પણ પ્રિય અને ભગવદ્ ભાવના રહસ્યવાળું બોલવું તેનું નામ **વાણીનો નિરોધ** છે.

આ ત્રણે પ્રકારના નિરોધ માટે ધીરજની જરૂર છે. **આપણા સ્વભાવને જીતવા માટે દીનતા પૂર્વક શ્રી યમુનાજીનું સ્મરણ કરવું.** હું કશું કરવા સમર્થ નથી એવી ભાવના રાખવી. અશક્ય પરિસ્થિતિમાં પણ શ્રીહરિ જ આપણું રક્ષણ કરનારા છે અને એમના આશ્રયથી સર્વ વસ્તુ સિદ્ધ થાય છે તેમ માની પ્રભુનું દ્રઢ શરણ રાખવું તેનું નામ આશ્રય છે. ભગવાન શરણે આવેલ જીવના સર્વ મનોરથો પૂર્ણ કરે છે. અશક્ય વસ્તુ પણ તેમના આશ્રયથી શક્ય બને છે. માટે સાધનનું અભિમાન રાખ્યા વિના, નિઃસાધન બની, દીનતાપૂર્વક પ્રભુના શરણે જો જીવ જાય તો પ્રભુ કૃપાથી વિવેક અને ધીરજ બધું એક સાથે સિદ્ધ થાય છે.

આ જીવનમાં બધી જ સ્થિતિમાં (સુખમાં કે દુઃખમાં) શ્રીહરિ જ મારું શરણ છે એમ વિશ્વાસપૂર્વક શ્રી કૃષ્ણનો અનન્ય આશ્રય રાખવાથી ભક્તોનાં બધાં જ કાર્ય પ્રભુ કરે છે. **કઇ કઇ પરિસ્થિતિમાં પ્રભુનું શરણ સ્વીકારવું જોઇએ** તે શ્રી મહાપ્રભુજી બતાવે છે.

(૧) **દુઃખ આવી પડે ત્યારે**- સેવા કરતી વખતે ઉપર જણાવેલ ત્રણ પ્રકારનાં દુઃખો આવે પડે તો પ્રાર્થના ન કરતાં પ્રભુ શરણે રહેવું.

(૨) **પાપ થાય ત્યારે** - સેવા-સ્મરણ અને પ્રભુના દ્રઢ આશ્રયથી પાપ દૂર થાય છે અને સુખ પ્રાપ્ત થાય છે. પ્રાયશ્ચિતથી માનસિક શાંતિ થાય છે. પાપ દૂર થતું નથી તેમજ સુખ પણ મળતું નથી.

(૩) **ભય લાગે ત્યારે** - કોઈપણ પ્રકારનો ભય લાગે તો ગભરાઈ જવું નહિ, પ્રભુનું શરણ સ્વીકારવું, પ્રભુ કૃપાથી ભય દૂર થશે.

(૪) **ઈચ્છાઓ પૂરી ન થાય ત્યારે** - ઈચ્છાઓ બે પ્રકારની છે લૌકિક અને અલૌકિક. લૌકિક ઈચ્છાઓ છોડવી જોઈએ ન છૂટે તો પ્રભુનું શરણ સ્વીકારવું છૂટી જશે. અને જો પ્રભુ લૌકિક ઈચ્છા પૂરી કરે તો આસક્તિ રાખ્યા વિના ભોગવવી. પણ પ્રભુનું શરણ ન છોડવું. કદાચ ઈચ્છા પૂરી ન થાય તો દુઃખ સહન કરવાની ધીરજ આવશે.

(૫) **ભક્તનો દ્રોહ થાય ત્યારે** - ભૂલે ચૂકે પણ વૈષ્ણવ કે ભગવદીયનો દ્રોહ થઈ જાય તો દોષ વિચારી પ્રભુના શરણે જવું. પ્રભુની કૃપાથી હૃદયમાં દીનતા આવશે અને ભક્તના શરણે જવાનું અને માફી માગવાનું મન થશે.

(૬) **ભક્તિનો અભાવ થાય ત્યારે** - બ્રહ્મસંબંધ લીધા પછી સેવા કરીએ, પણ પ્રભુમાં પ્રેમ ન થાય, મનમાં ચિંતા કે ઉદ્વેગ રહે તો પ્રભુનું શરણ સ્વીકારી, દીનતાપૂર્વક નવરત્ન નો પાઠ કરવો. જો ચિંતા ન થતી હોય, પણ ભક્તિ ન થતી હોય તો દીનતાપૂર્વક "ભક્તિ વર્ધિની" ગ્રંથનો પાઠ કરવો. જેથી જ્ઞાન પ્રાપ્ત થતાં પ્રભુના શરણે જવાથી પ્રભુમાં પ્રેમ, આસક્તિ અને વ્યસન પ્રાપ્ત થાય છે. સેવા કરવાં છતાં સેવામાં મન ન લાગે, તો પણ સેવાનો ત્યાગ ન કરતાં પ્રભુની લીલા વિચારી શ્રીઅષ્ટાક્ષર મહામંત્રનું રટણ કરવું. "કૃષ્ણાશ્રયના" પાઠથી પ્રભુનો આશ્રય દ્રઢ થાય છે. **માટે ભક્તિ ના**

હોય તો, બીજો કોઈ પ્રયત્ન ન કરતાં પ્રભુની શરણ ભાવના જ દ્રઢ કરવી.

શ્રી ગુંસાઈજી આજ્ઞા કરે છે કે પ્રભુની ભક્તિમાં આવતા પ્રતિબંધો દૂર કરવા. "શ્રી સર્વોત્તમ સ્તોત્રનો" પાઠ કરવો. "શ્રી યમુનાષ્ટકના" પાઠથી પણ પ્રભુમાં પ્રેમ-ભક્તિની પ્રાપ્તિ થાય છે. આમ શ્રી મહાપ્રભુજીએ બતાવેલ માર્ગે ચાલી, નિ:સાધન બની, દીનતાપૂર્વક પ્રભુનું શરણ સ્વીકારવાથી ભક્તિ પ્રાપ્ત થાય છે.

(૭) **ભક્તો અપમાન કરે ત્યારે** - તે સહન કરવું અને મનમાં વિચારવું કે મારો કંઈ દોષ થયો હશે. માટે જ આમ બન્યું છે.આપણે ભક્તનો તિરસ્કાર ને અપમાન કરવું નહિ. ભક્ત અપમાન કરે તો તેમાં તેમનો લગીરે સ્વાર્થ નથી તેમ માની મનમાં દોષ બુદ્ધિ ન લાવતાં પ્રભુનું શરણ સ્વીકારવું.

(૮) **અશક્ય કામમાં કે સહેલાઈથી બને તેવું કામ હોય ત્યારે**- અશક્ય કામ હોય તો માનવું કે પ્રભુએ તે સિદ્ધ ન કર્યું તેમાં જ મારું હિત સમાયેલું હશે, અને પ્રભુનું શરણ સ્વીકારવું. કોઈ કાર્ય સરળતાથી થાય ત્યારે પણ પ્રભુ કૃપાથી જ તે બન્યું છે તેમ માનવું. મેં કર્યું છે તેવું અભિમાન ન કરવું. ન થઈ શકે તેવું કાર્ય પ્રભુની ઈચ્છાથી સાવ સરળ બની જાય છે. માટે પ્રભુની ઈચ્છા બળવાન છે એમ માની હંમેશાં સર્વાત્મભાવ પૂર્વક પ્રભુના શરણની જ ભાવના રાખવી.

(૯) **અહંકાર થાય ત્યારે** - જીવ સ્વભાવથી કે દુ:સંગથી ક્યારેક આપણા કાર્ય માટે આપણને અભિમાન થઈ જાય તો આસુરાવેશ આવી જાય છે. તેથી વધારે

પ્રમાણમાં અધર્મના અને અન્યાયના કામ આપણા હાથે થાય છે. પરંતુ પ્રભુના શરણે જવાથી આપણને વિવેકનું જ્ઞાન થાય છે. કે મેં અભિમાન કર્યું તે બરાબર નથી, તેના નિવારણ માટે બીજો કોઈ ઉપાય ન કરતાં પ્રભુનો દ્રઢ આશ્રય રાખવો. દા.ત. ગોપીગીત્.

(૧૦) **કુટુંબીજનોનું પોષણ અને રક્ષણ કરતી વખતે** - જે કુટુંબમાં આપણો જન્મ થયો છે તે ભગવાનની ઈચ્છાથી થયો છે માટે પ્રભુએ આપેલી શક્તિપૂર્વક નીતિથી ધન કમાઈ, કુટુંબનું પોષણ કરવું, પરંતુ મારા સિવાય તેમનું પોષણ કોણ કરશે તેવું અભિમાન ન કરવું. ઘરમાં માતા-પિતાના મૃત્યુ પછી પણ તેમનાં આશ્રિત બાળકો જીવે છે, માટે કુટુંબનું ભરણ-પોષણ કરતાં પણ પ્રભુનું શરણ સ્વીકારવું-અભિમાન ન કરવું.

(૧૧) **કુટુંબીઓ વગેરે તિરસ્કાર કરે ત્યારે** - જેમનું આપણે ભરણ-પોષણ અને રક્ષણ કરતા હોઈએ તેઓ જ આપણો તિરસ્કાર કરે ત્યારે પણ પ્રભુનું શરણ રાખવું. આમાં પણ ભગવદ્ ઈચ્છા જ માનવી અને એવી ભાવના રાખવી કે તેમનામાં મારી આસક્તિ અને અહંભાવ દૂર કરવા પ્રભુએ આવું કૌતુક વિચાર્યું છે.

(૧૨) **મનની અલૌક્કિતા સિદ્ધ કરવા માટે** - જ્યાં સુધી મન લૌક્કિ દેહ, ઈન્દ્રિયમાં એટલે કે વિષયોમાં આસક્ત હોય ત્યાં સુધી સેવામાં લાગતું નથી, પ્રભુ તેવા મનમાં પધારતા નથી. માટે મનને અલોક્કિ બનાવવા અને માનસી સેવા સિદ્ધ કરવા દીનતા પૂર્વક પ્રભુના શરણે જવું.

આમ દરેક પરિસ્થિતિમાં મન, વચન અને કર્મથી કેવળ શ્રી હરિ-ભગવાનનો દ્રઢ આશ્રય રાખવો. શરણ ભાવના કાયમ રહે તે માટે હંમેશાં મનમાં પ્રભુનું શરણ વિચારવું, વાણી વડે કીર્તન કરવાં, શ્રી અષ્ટાક્ષર મહામંત્રનું રટણ કરવું અને શરીરથી તનુજા-વિત્તેજા સેવા કરવી.

આવી અનન્ય શરણાગતિ સ્વીકારવામાં ઘણી બાબતો બાધક બને છે જેમકે-અન્ય દેવોની સેવા કરવી, બીજા દેવના સ્થાનમાં જવું, કોઇ કામ માટે પ્રાર્થના કરવી વગેરે જ્યાં સુધી આપણે અન્યાશ્રય કરીએ ત્યાં સુધી પ્રભુ આપણા પર દયા લાવતા નથી. તેથી અન્યાશ્રય કદાપિ ન કરવો. શ્રી ગુંસાઇજી વિજ્ઞપ્તિ-ગ્રંથમાં આજ્ઞા કરે છે કે અન્ય સંબંધની ગંધ પણ ગળું કપાવવા બરાબર છે.

પ્રભુની શરણાગતિમાં (આશ્રયમાં) જરા પણ અવિશ્વાસ કરવો નહિ. અવિશ્વાસ સર્વ પ્રકારે બાધક છે. અવિશ્વાસ કરવાથી શરણ ભાવના રહેતી નથી. માટે પ્રભુ ઉપર દ્રઢ વિશ્વાસ રાખી સેવા-સ્મરણ કરવાં તો પ્રભુ સર્વ સિદ્ધ કરશે જ.

સુખમાં અહંકારી અને પ્રભુથી વિમુખ ન થવું. દુઃખમાં દુઃખ સહન કરવું. લૌકિકમાં આસક્તિ રાખ્યા વિના, જળકમળવત્ રહી દીનતાપૂર્વક શરણ ભાવના રાખી રહેવું.

વેદ પ્રભુની આજ્ઞા છે માટે તેમાં જણાવેલા કર્મો આસક્તિ રાખ્યા વગર નિષ્કામ ભાવથી સેવાના અનવસરના સમયમાં કરવા. તેમાં ફળની આશા ન રાખવી. તેમજ આગ્રહપૂર્વક સેવા-સ્મરણ છોડી ન કરવાં. લૌકિક કાર્યો-સારા-નરસાં-માત્ર દેખાવ પૂરતાં જ કરવાં, જે આવી પડે તે પ્રભુની આજ્ઞા સમજી કરવું પણ દરેક વખતે પ્રભુનો જ આશ્રય રાખવો તો તે અવશ્ય સિદ્ધ થશે.

કલિયુગમાં ચારે વર્ણો અને ચારે આશ્રમવાળાઓને પ્રભુનો આશ્રય હંમેશા હિત કરનાર છે. કલિયુગમાં કર્મ, જ્ઞાન, ભક્તિ વગેરે માર્ગો પાળવા ખૂબ જ કઠણ છે. તેમના દ્વારા ભગવત્ પ્રાપ્તિ શક્ય નથી. માટે પ્રભુની શરણાગતિ એજ કલિયુગમાં ભગવત્ પ્રાપ્તિનો સહેલામાં સહેલો ઉપાય છે. પ્રભુના શરણે જવાથી તેઓ અવશ્ય કૃપા કરશે એવો દ્રઢ વિશ્વાસ રાખવો એમ શ્રી મહાપ્રભુજીનું માનવું છે.

આ પ્રમાણે શ્રીમદ્ વલ્લભાચાર્યજીએ રચેલ
વિવેક ધૈર્યાશ્રય ગ્રંથ સંપૂર્ણ થયો.

શ્રી કૃષ્ણાશ્રય

રાજભોગ-આરતી પછી દંડવત્ કરતાં આ ગ્રંથનો પાઠ કરવો. પણ સમયની અનુકૂળતા ન હોય તો ગમે તે સમયે પ્રભુની સન્મુખ દીનતા પૂર્વક, અર્થ વિચારીને પાઠ કરવો. પાઠ કરતાં મન પ્રભુમાં જ જોડવું.

(૧) આમાં **કાળ-ધર્મની** અશુદ્ધિ બતાવી છે. આ ઘોર કળિયુગમાં પ્રભુ પ્રાપ્તિના બધા માર્ગો જેવા કે કર્મ, જ્ઞાન, ઉપાસના, ભક્તિ વગેરે નાશ પામ્યા છે. લોકોમાં દુષ્ટતા-પાખંડ વધી ગયો છે. તેવા સમયમાં શ્રી કૃષ્ણ એજ મારું શરણ છે, આશ્રય છે - ગતિ છે.

ઘોર કલિયુગમાં ભવ સાગર તરવા માટે પૂર્ણ પુરુષોત્તમ શ્રી કૃષ્ણનો દીનતા પૂર્વક આશ્રય એજ એક માર્ગ છે.

(૨) આમાં **દેશની** અશુદ્ધિનું વર્ણન છે. પવિત્ર દેશો (યાત્રાના સ્થળો) આસૂરી મનુષ્યોથી ઉભરાય છે. અને કેવળ પાપના સ્થાન રૂપ બની ગયાં છે. સારા મનુષ્યોને ધર્મનું સદાચરણ કરવામાં અનેક દુઃખ પડે છે, તે જોઇ લોકોમાંથી ધર્મ પરની

શ્રદ્ધા ઘટી જાય છે. આ સંજોગોમાં તીર્થ સ્થાનોમાં જવા કરતાં શ્રી કૃષ્ણનો જ દૃઢ આશ્રય રાખવો.

(૩) **દ્રવ્યની** અશુદ્ધિનું વર્ણન છે. ગંગાજી જેવા ઉત્તમ તીર્થો દુષ્ટ મનુષ્યોથી વીંટળાઈ ગયાં છે. તેથી તીર્થોનું આધિદૈવિક સ્વરૂપ છૂપાઈ ગયું છે. માત્ર આધિભૈતિક સ્વરૂપ દેખાય છે. તે આપણો ઉદ્ધાર કરવા સમર્થ નથી. માટે શ્રી કૃષ્ણ એજ મારૂં શરણ છે.

શ્રદ્ધા વગરના, પાપાત્મા, નાસ્તિક અને સંશય કરનારને તીર્થનું ફળ મળતું નથી.

(૪) **કર્તાની** અશુદ્ધિનું વર્ણન છે. સારા પુરુષો અહંકારમાં મૂઢ બન્યા છે. (સારાસારનું ભાન ગૂમાવ્યું છે.) તેઓ પાપી પુરૂષોને અનુસરે છે. પોતાને ધન વગેરેનો લાભ થાય, પોતાનાં માન આબરૂ વધે, લોકો તેમની પૂજા કરે એવા પ્રયત્ન કરી રહ્યા છે. આવા અસત્ પુરૂષો પણ આપણો ઊદ્ધાર કરી શકે તેમ નથી. માટે શ્રી કૃષ્ણ એજ મારૂ શરણ છે.

આસૂરી સંપતિના છ લક્ષણો છે. દંભ, દર્પ, અભિમાન, ક્રોધ, કઠોરતા અને અજ્ઞાન. આવા મનુષ્યોનો આશ્રય કરવો નહિ. પરંતુ પ્રભુ કૃપાથી શુદ્ધ હૃદય વાળા ઉત્તમ ભગવદીય મળે તો તેમનો સંગ અવશ્ય કરવો અને કેવળ શ્રી કૃષ્ણનું જ શરણ સ્વીકારવું.

(૫) **મંત્રની** અશુદ્ધિનું વર્ણન છે. અત્યારે કોઈને મંત્રનું સાચું જ્ઞાન નથી. યમ-નિયમ વગેરે યોગના વ્રતોનું પાલન કરતાં કરતાં વેદ-મંત્ર ભણવા જોઈએ પણ હાલ તેમ થતું નથી. માટે મંત્રોમાંથી તેના અર્થ અને દેવતા તિરોધાન

થયા છે. માટે મંત્રો ફળ આપવા શક્તિમાન નથી તેથી આ સમયમાં શ્રેષ્ઠમાં શ્રેષ્ઠ મંત્ર "શ્રી કૃષ્ણ શરણં મમ્" છે.

(૬) **કર્મની** અશુદ્ધિનું વર્ણન છે. વેદથી વિરુદ્ધ એવા અનેક પ્રકારના વાદ વિવાદ ચાલે છે. તેથી બધા કર્મો વ્રત વગેરે નાશ પામ્યાં છે. લોકો કેવળ પાખંડ માટેજ પ્રયત્ન કરે છે. આવા સમયમાં **શ્રી કૃષ્ણ એજ** મારું શરણ છે. (લોકો પોતપોતાની રીતે વેદના જુદા જુદા અર્થ કરી કેવળ પાખંડ વધારે છે.)

વાદ - વિવાદ ખૂબ વધી ગયો છે. કર્મ કરવાથી કર્મનું ફળ મળતું નથી, પણ ભગવત્ કૃપાથી જ કર્મનું ફળ મળે છે. તેથી લોકિક-વૈદિક કાર્યો, ફળની ઈચ્છા વિના દેખાવ પૂરતાં જ કરવા, સાચુ કર્મ તો ભગવદ્ સેવા અને સ્મરણ છે.તે કરતાં કરતાં શ્રી કૃષ્ણનો દ્રઢ આશ્રય રાખવો.

આમ દેશ, કાળ, તીર્થો, દ્રવ્ય, કર્તા અને મંત્રની અશુદ્ધિ બતાવી. હવે ચારેય પુરૂષાર્થનું નિરૂપણ કરે છે.

(૭) **પ્રથમ પુરુષાર્થ ધર્મનું** નિરૂપણ કરે છે. ભક્તો જાણે છે કે અજામિલ વગેરે પાપીઓનાં પાપોનો પણ નાશ કરનાર પ્રભુ છે. અધમમાં અધમ જીવ પણ પ્રભુનું નામ લે તો તેના પાપ નાશ પામે છે - તે કૃતાર્થ થાય છે. પોતાનું આવું અદ્ભૂત માહાત્મ્ય જણાવનાર શ્રી કૃષ્ણ જ મારૂં શરણ છે.

ભગવાન જેના ઉપર કૃપા કરે છે. તેજ માણસ ભગવાનને મેળવી શકે છે. પ્રભુ જીવના ગુણ - દોષો કે સ્વભાવ સામું જોતા નથી. પણ તેનો સ્વીકાર કરી, તેના સર્વ દોષ દૂર કરે છે. તેથી શ્રી ગુરૂદેવ દ્વારા બ્રહ્મ સબંધ લઈ દ્રઢ ભગવદાશ્રય રાખવો આજ આપણો ધર્મ છે.

દા.ત. અજામિલ પુત્રના નામ ઉપરથી ભગવાનનું નામ લીધું તો પણ એ ભગવાનનાં ધામમાં પહોચી ગયો. ત્યારે જો શ્રદ્ધાથી ભગવાનનું નામ લેવામાં આવે તો. એજ નામ લેનાર માણસ ભગવાનના ધામને પામે જ એમાં સશંય નથી. આ રીતે **જીવનો ધર્મ ભગવદ્‌નામ સ્મરણ અને સેવા-રૂપી પુરૂષાર્થ છે.**

(૮) **દ્વિતિય પુરુષાર્થ અર્થનું** નિરૂપણ કરે છે. બધા દેવો પ્રાકૃત છે કારણ તેઓ પ્રકૃતિને વશ છે. અક્ષર બ્રહ્મનો આનંદ પણ ગણી શકાય તેવો છે. કેવળ શ્રી કૃષ્ણ જ પૂર્ણાનંદ છે. તેથી શ્રી કૃષ્ણ જ મારૂ શરણ છે. (અક્ષર બ્રહ્મ પ્રભુનું નિવાસ સ્થાન હોવાથી બધાં લોકથી શ્રેષ્ઠ છે, પણ તેના આનંદની ગણત્રી થઈ શકે છે.) શ્રી કૃષ્ણનો આનંદ ભજનાનંદ કહેવાય છે. આવા **પૂર્ણાનંદ અગણિતાનંદ સ્વરૂપ શ્રી કૃષ્ણ જ આપણા અર્થ રૂપ છે.** તેમના શરણે જવાથી જ તેમના સ્વરૂપાનંદની પ્રાપ્તિ થાય છે. દેવો તો સગુણ છે તેથી તેમની મુક્તિપણ સગુણ છે. માટે કેવળ શ્રી કૃષ્ણ જ મારૂં શરણ છે.

(૯) **ત્રીજો પુરૂષાર્થ કામનું** નિરૂપણ કરે છે. મારામાં વિવેક, ધૈર્ય કે ભક્તિ નથી. હું પાપમાં આસકિત વાળો છું. હું સાધન વગરનો દીન છું તેથી શ્રી કૃષ્ણ જ મારૂં શરણ છે.

પ્રભુ દીન-દયાળુ છે. તણખલાથી માંડી બ્રહ્માજી સુધીના સૌ નાશવંત છે, તેથી ક્ષર કહેવાય. અક્ષરબ્રહ્મ ભગવદ્ ધામ છે. આમ ક્ષર અને અક્ષર કરતાય ઉત્તમ એવા પૂર્ણ પુરૂષોત્તમ શ્રી કૃષ્ણ વિના જીવ ના સર્વ મનોરથો કોણ પૂર્ણ કરે ? માટે **શ્રી કૃષ્ણ જ આપણા ત્રીજા પુરૂષાર્થ કામ છે.** તેઓનો જ દ્રઢ આશ્રય રાખવો.

(૧૦) **ચોથો પુરૂષાર્થ મોક્ષનું** નિરૂપણ કરે છે. પ્રભુ શ્રી કૃષ્ણ સર્વ પ્રકારના સામર્થ્ય વાળા છે. સર્વ સ્થળે ભક્તોના સર્વ અર્થ (ઇચ્છિત પદાર્થો) આપનાર છે. શરણે આવેલાનો સારી રીતે ઉદ્ધાર કરનાર છે. આવા શ્રી કૃષ્ણને હું વિનંતી કરુ છું.

ભગવાન શ્રી કૃષ્ણ કર્તુમ, અકર્તુમ અન્યથા કર્તુમ સમર્થ છે. પ્રભુની ઈચ્છાથી સર્વ કંઈ થાય છે. શરણે આવેલા ભક્તોની બધી ઈચ્છાઓ પૂર્ણ કરે છે. તેમના શરણે જનાર જીવને પોતાની સેવા-સ્મરણનું દાન કરી, **ભક્તિ આપે છે, જે મોક્ષથી પણ અધિક છે.**

આ કૃષ્ણાશ્રય સ્તોત્રનો પાઠ જે કોઈ શ્રી કૃષ્ણની સન્મુખ દીનતા પૂર્વક કરશે તેને શ્રી કૃષ્ણનો આશ્રય અવશ્ય સિદ્ધ થશે તેમ શ્રી મહાપ્રભુજી કહે છે.

આ પ્રમાણે શ્રી મહાપ્રભુજીએ રચેલ કૃષ્ણાશ્રય સ્તોત્ર સંપૂર્ણ થયો.

ચતુ શ્લોકી

આ ગ્રંથમાં શ્રી મહાપ્રભુજી એ અલૌકિક ભક્તિ માર્ગના ચાર પુરૂષાર્થ ધર્મ, અર્થ, કામ અને મોક્ષ ક્યા હોય તેનું નિરૂપણ કર્યું છે.

(૧) **પહેલો અલૌકિક પુરૂષાર્થ ધર્મ છે.** હંમેશા સર્વાત્મભાવથી વ્રજના અધિપતિ એવા શ્રી કૃષ્ણ પ્રભુની જ સેવા કરવી જોઈએ. આપણો સાચો ધર્મ આજ છે. કોઈ સ્થળે કે કોઈ કાળે બીજો કોઈ ધર્મ નથી.

ભગવાન અંશી છે અને જીવ અંશ છે તેથી **અંશે અંશીની સેવા કરવી તેમ ધર્મ છે.**

(૨) **બીજો અલૌકિક પુરૂષાર્થ અર્થ છે.** ભક્તો એ હંમેશા સેવા રૂપી સ્વધર્મ નું પાલન કરવું, પ્રભુ પોતે જ ભક્તના સર્વ કાર્યો સિદ્ધ કરશે. કારણ કે પ્રભુ સર્વ સમર્થ છે તેથી ભક્તો એ નિશ્ચિંત રહેવું જોઈએ.

આમ બધું છોડી પ્રભુની સેવા કરનાર **ભક્તના અર્થ રૂપ પ્રભુ પોતે જ બને છે.** માટે ધન વગેરેની ચિંતા કરવી નહિ.

(૩) **ત્રીજો અલૌકિક પુરૂષાર્થ કામ છે.** જો સર્વાત્મ ભાવ પૂર્વક શ્રી ગોકુલના અધિપતિ એવા શ્રી કૃષ્ણને હૃદયમાં ધારણ કરી લેવામાં આવે તો પછી લૌકિક અને વૈદિક કાર્યો કરવાનું બીજું શું પ્રયોજન હોય તે તું મને (મહા પ્રભુજીને) કહે.

જો સર્વાત્મભાવથી પ્રભુ ને હૃદયમાં ધારણ કરી લેવામાં આવે તો તેઓ જ કામ (ઈચ્છા) સ્વરૂપ છે. પછી બીજી કશી અપેક્ષા રહેતી નથી.

(૪) **ચોથો અલૌકિક પુરૂષાર્થ મોક્ષ છે.** સર્વાત્મ ભાવ વડે હંમેશા શ્રી ગોકુલના ઈશ્વર એવા શ્રી કૃષ્ણ પ્રભુના ચરણારવિંદનું સ્મરણ અને તેમની સેવા કદાપિ છોડવા નહિ આ પ્રમાણે (શ્રી મહાપ્રભુજીની અનુભવ પૂર્વકની આજ્ઞા છે.) મારી મતિ છે.

નિત્ય સેવા - સ્મરણ કરવાથી પ્રભુ ભક્તના હૃદયમાં પધારી તેને પોતાની લીલાઓના સ્વરૂપાનંદનું દાન કરે છે. ૮૪-૨૫૨ વૈષ્ણોવોની માફક **આ શરીરે જ પ્રભુ સાનુભવ જતાવે છે.** આ સુખ મર્યાદા માર્ગીય મોક્ષ કરતા પણ અધિક છે. આજ પુષ્ટિ માર્ગીય મોક્ષ છે.

આ પ્રમાણે શ્રીમદ્ વલ્લભાચાર્યજીએ રચેલ ચતુ શ્લોકી ગ્રંથ સંપૂર્ણ થયો.

ભક્તિ વર્ધિની

(૧) આ ગ્રંથમાં શ્રી મહાપ્રભુજીએ પ્રભુ પ્રત્યેની આપણી ભક્તિ કેવી રીતે વધે તેના ઉપાય બતાવ્યા છે. (પ્રભુનું મહાત્મ્ય જાણીને પ્રભુમાં સુદઢ અને સર્વથી અધિક એવો પ્રેમ કરવો તેનું નામ ભક્તિ. આ પ્રકાર ઉત્તમ અધિકારી માટે કહ્યો છે.) સૃષ્ટિના આરંભમાં જીવો જ્યારે પ્રભુથી વિખુટા પડયા ત્યારે પ્રભુએ પુષ્ટિ જીવોમાં સૂક્ષ્મ સ્નેહ રૂપ ભક્તિના બીજ ભાવનું સ્થાપન કર્યું હતું. આ બીજ ભાવ ભક્તિ વિરોધી બાબતોનો ત્યાગ કરવાથી અને શ્રવણ કીર્તન કરવાથી દ્રઢ થાય છે.

ત્યાગ-લૌકિક, વૈદિક કાર્યોમાંથી આસક્તિ છોડવી,
શ્રવણ - ભગવાનની લીલાઓનાં યશોગાન સાંભળવા,
કીર્તન - ભગવાનની લીલાઓનું શુદ્ધહ્રદયથી ગાન કરવું
આ સિવાય બીજા સાધનોનો ત્યાગ કરવો જોઈએ.

(૨) બીજ ભાવની દ્રઢતા ત્યારે જ થાય કે જ્યારે પોતાના ઘરમાં જ રહીને સ્વધર્મ પૂર્વક અનન્ય થઈને શ્રવણ કિર્તન સાથે શ્રી કૃષ્ણની સેવા થાય, સ્વધર્મ એટલે વર્ણાશ્રમ ધર્મનું યથાશક્તિ પાલન કરતાં તન-મન-ધનથી પોતાના ઘરમાં

જ કૃષ્ણ સેવા કરવી જોઈએ. સાંસારિક બાબતોથી તદ્દ્ન નિવૃત થઈ ભક્તે ભગવદ્ સેવા અને ભગવદ્ ગુણગાન નું શ્રવણ-સ્મરણ કિર્તન કરવું જોઈએ.

(૩) વ્યવસાય સપૂંર્ણ છોડી દેવો શક્ય ના હોય તો વ્યવસાય કરતાં કરતાં પણ સર્વ દુ:ખો ને હરનાર શ્રી હરિમાં મન લીન રાખવું. મનથી સતત એવું વિચારવું કે પ્રભુસેવાની સરળતા અને પ્રભુના સુખ માટેજ આ વ્યવસાય કરૂ છું તેથી મન વ્યવસાયમાં આસક્ત થશે નહિં. આ પ્રમાણે સેવા સ્મરણ કરવાથી. પ્રભુમાં પ્રેમ જન્મે છે. તે ભક્તિનું પહેલું પગથિયું છે ત્યારે પછી પ્રભુમાં સ્નેહ વધતાં આસક્તિ થાય છે. ચિત લૌક્કિમાંથી છૂટી કેવળ પ્રભુમાં જ પરોવાયેલું રહે છે. આ ભક્તિનું બીજું પગથિયું છે. પછી ભક્તને પ્રભુનું વ્યસન થાય, આવો ભકત પ્રભુ સિવાય રહી શકતો નથી, દર્શન માટે તેના પ્રાણ તરફડે છે.

વ્યસન દશા પ્રાપ્ત થતાં બીજ દ્રઢ-અચલ બને છે. પછી તે લૌક્કિ, કાળ, દુ:સંગ જેવા કોઈ પણ કારણથી નાશ પામતું નથી.

(૪) પ્રભુમાં સ્નેહ થવાથી સંસારિક બાબતો અને પદાર્થોમાંથી આપણો પ્રેમ નાશ પામે છે. પછી પ્રભુમાં જેમ જેમ આસક્તિ વધતી જાય તેમ તેમ ઘરમાં રહેવામાં પણ અરૂચિ થાય છે.

ઘરમાં રહેલ કુટુંબીઓ બાધક જણાય છે. તેમનામાં આવા ભક્તને આત્મીયતા થતી નથી. જ્યારે શ્રી કૃષ્ણ ભગવાનમાં વ્યસન થાય ત્યારે તે ભક્ત નિશ્ચય કૃતાર્થ થાય છે.

(૫) વ્યસન દશા પ્રાપ્ત થયા પછી ભક્ત નિરંતર ઘરમાં રહે તો તેથી તેની ભક્તિનો વિનાશ થાય છે. (ઘરમાં પોતાના સમાન ભાવ વાળા ભગવદીયોનો સંગ મળતો નથી) તેથી આવા ભક્તે ઘર વગેરેનો ત્યાગ કરી ભગવાનને પ્રાપ્ત કરવા તેમનામાં મન પરોવી પ્રયત્ન કરવો. આમ કરવાથી તે ભક્ત સુદ્રઢ સર્વથી અધિક એવી પરાભક્તિને પામે છે.

(૬) પરંતુ ભક્ત વ્યસન દશા સુધી પહોચ્યો ન હોય તેણે ઘરનો ત્યાગ ન કરવો, કારણ તેથી તે કાળ અને દુ:સંગમાં ફસાય છે અને અન્ન માટે આમતેમ ભટકી અસમર્પિત ખાવાથી બુદ્ધિ ભ્રષ્ટ થાય છે. તેથી તે બહિર્મુખ થાય છે અને ભક્તિ નષ્ટ થાય છે.

(૭) વ્યસન અવસ્થાએ ન પહોંચીએ ત્યાં સુધી ભગવદીયોનો સંગ મળી શકે તેવા સ્થાનમાં આપણું મન દોષિત ન થાય તે રીતે નજીક કે દૂર રહેવું પરંતુ સત્સંગ છોડવો નહીં. (હરિસ્થાનમાં અથવા ગોકુલ, વ્રજભૂમિ જેવાં ભગવદ્ ધામો જ્યાં સ્વમાર્ગિય સેવા પ્રકાર હોય ત્યાં રહેવું અને ભગવદીયોની સાથે -મળી ભગવદ્ ગુણગાન અને સેવામાં તત્પર રહેવું આની પાછળનો ભાવ ભગવદ્ ભાવ પોષવાનો છે.)

(૮) જે ભક્તને ભગવત્ સેવા અને કથા બન્નેમાં જીવન પર્યંત આસક્તિ રહે છે. તેનો ભાવ દ્રઢ થાય છે. અને ભક્તિ ભાવનો ક્યારે પણ નાશ થતો નથી એવી શ્રી મહાપ્રભુજીની માન્યતા છે.

(૯) જો સેવામાં પ્રતિકૂળતાથી વિઘ્નો આવે તો ઘરનો ત્યાગ કરી એકાંતમાં ભગવાનનું સ્મરણ કરીશ એવો વિચાર

યોગ્ય નથી કારણકે હરિ હંમેશાં બધેજ બધાથી રક્ષા કરશેજ, એમાં સંશય નથી માટે ઘરમાં રહી જીવન પર્યંત સેવા-સ્મરણ ચાલુ રાખવા.

(૧૦) આ રીતે ગૂઢ તત્વથી ભરેલુ (ભક્તિનું શાસ્ત્ર) ભગવત્ શાસ્ત્ર શ્રીમદ્ વલ્લભાચાર્યજીએ નિરૂપણ કર્યું છે. જો તેના શબ્દે શબ્દને બરાબર સમજી આચરણમાં ઉતારવામાં આવે તો તેવા ભક્તને પ્રભુમાં દ્રઢ પ્રેમ રૂપી ભક્તિ અવશ્ય પ્રાપ્ત થાય છે.

આ પ્રમાણે શ્રીમદ્ વલ્લભાચાર્યજીએ રચેલ ભક્તિ વર્ધિની ગ્રંથ સંપૂર્ણ થયો.

જલભેદ

જેવી રીતે જળ મૂળ સ્વભાવે તો શીતલ, મીઠું, સ્વચ્છ અને ગુણવાળું છે. પરંતુ જેના આધારે તે રહે છે તેવા સ્વભાવ વાળું બને છે. તેવી રીતે ભગવાનના ગુણો પણ આનંદરૂપ એક સમાન છે. પણ જે વક્તાઓમાં જે પ્રકારે પોતાના ગુણ દોષ હોય છે તેના આધારે તેઓ ભગવાના ગુણો વર્ણવે છે. આમ ભગવાનના ગુણો વિવિધતા વાળા જણાય છે. જેમ જળના મુખ્ય ૨૦ ભેદ છે તેમ વક્તાઓના પણ ૨૦ ભેદ છે. તેમાંથી કોની પાસેથી ભગવદ્ ગુણાનુવાદનું શ્રવણ કરવું કે ન કરવું તે નક્કી કરવું સામાન્ય જીવ માટે અઘરૂં છે. તેથી ક્યારેક ફળ રૂપી લાભ થવાને બદલે નુકશાન થાય છે. માટે સારા અને યોગ્ય વક્તા પસંદ કરવામાં સરળતા થાય તે હેતુ થી જ શ્રીમહાપ્રભુજી આ ગ્રંથમાં ૨૦ પ્રકારના જુદા જુદા વક્તાઓનાં લક્ષણોને-ભાવોને ૨૦ પ્રકારના જળ સાથે સરખાવે છે. માટે પુષ્ટિ માર્ગીય જીવે વક્તાની પસંદગીમાં ખૂબ કાળજી રાખવી.

બધાજ વક્તાઓમાં પૂર્ણ ભગવદીય વક્તાઓનો સંગ ઉતમ ફળ રૂપ છે. આ બધા ભગવદીયો ભક્તિ વડે પૂર્ણ છે. પરંતુ પોતાના આત્માના આનંદ માટે ભગવાનની સેવા કરે છે. સમુદ્ર

નું જળ અતિ ગંભીર, અનેક રત્નોની ખાણ રૂપ અને કદીય ઉલંઘાય નહિ તેવું હોય છે. તેવી રીતે આવા ભગવદીયોના ભાવ પણ અતિ ગંભીર, રત્નો જેવા સુંદર અને અલૌકિક તથા સ્થિર હોય છે. માટે તેમનો સંગ ઉત્તમ ફળ રૂપ છે. આ વક્તાઓના છ પેટા પ્રકાર શ્રી મહાપ્રભુજી બતાવે છે. તેમને છ પ્રકારના સમુદ્રો સાથે સરખાવે છે. આવા વક્તાઓ લૌકિક-વૈદિક ગુણોથી મિશ્ર ભાવ વડે પ્રભુના ગુણાનુવાદ ગાય છે.

આ બધા પૂર્ણ ભગવદીય વક્તાઓમાં પણ **પૂર્ણત્તમ ઉત્તમ ભગવદીય** પ્રભુના સ્વરૂપને સમજી તેમના ગુણાનુવાદ કરે છે. (પ્રભુનું સ્વરૂપ : પ્રભુ પ્રકૃતિના ત્રણે ગુણોથી પર છે - નિર્ગુણ છે. તેઓ શુદ્ધ સચ્ચિદાનંદ સ્વરૂપ છે, તેઓ અક્ષરબ્રહ્મથી પણ પર એવા પૂર્ણ પુરુષોત્તમ છે. આવા પ્રભુના શરણે જનાર ગમે તેવા પાપી જીવનો પણ પ્રભુ ઉદ્ધાર કરે છે, માટે એમની અહર્નિશ સેવા કરવી જોઈએ.) **આવા વક્તા અમૃતના સમુદ્ર જેવા છે.** તેમની વાણી રૂપી અમૃતનું પાન અત્યંત દુર્લભ છે. આવા પૂર્ણતમ ઉત્તમ ભગવદીય આગ્રહ વિના સ્વેચ્છાએ જે વચનો કરે તેને ભગવદ્ વાક્યો સમજવાં. ભગવાન ભગવદીય દ્વારા ઉપદેશ કરે છે. પ્રભુની કૃપાથી ભવિષ્યમાં ફળ મળવાનું છે. તેથી આવા ભગવદીયોનો સંગ મળ્યો છે એમ માની તેમનો સમાગમ કરવો.

આ પ્રકારે શ્રીમદ્ વલ્લભાચાર્યજીએ રચેલ
જલભેદ ગ્રંથ સમાપ્ત થયો.

પંચ પદ્યાનિ

શ્રીમહાપ્રભુજી આ ગ્રંથમાં શ્રોતાઓના પ્રકાર તથા લક્ષણો બતાવે છે. આપ શ્રી બધા ભક્ત શ્રોતાઓને મુખ્ય બે વિભાગમાં વહેંચે છે. (૧) પુષ્ટિશ્રોતા (૨) મર્યાદા શ્રોતા.

મર્યાદા શ્રોતાન ત્રણ પ્રકાર છે.

(૧) ઉત્તમ (૨) મધ્યમ (૩) હીન.

આ ચાર પ્રકારમાં પુષ્ટિમાર્ગીય શ્રોતા સૌથી ઉત્તમ છે. તે ન મળે તો મર્યાદા માર્ગીય ઉત્તમ શ્રોતાનો સંગ કરવો તેવી આજ્ઞા છે.

પુષ્ટિ માર્ગીય શ્રોતાનું મન ભગવદ્ ભજન કરતાં તેના રસથી વિહ્વળ થઈ જાય છે અથવા કથા શ્રવણ કરતા ભજનાનંદથી ઉભરાય છે. આવા ભક્તો નિર્વિષયી હોય છે. તેમને લૌકિક-વૈદિક કાર્યોમાં રસ પડતો નથી.

તેઓ ભગવદ્ ગુણાનુવાદનું શ્રવણ કરવામાં અતિ ઉત્સાહવાળા હોય છે.

આ પ્રકારે શ્રીમદ્ વલ્લભાચાર્યજીએ રચેલ પંચ પદ્યાનિ ગ્રંથ સમાપ્ત થયો.

સંન્યાસ નિર્ણય

ભક્તિ માર્ગમાં સાધન દશામાં શ્રવણાદિ ભક્તિની સિદ્ધિ માટે સન્યાસ સુખ આપનારો નથી. પરંતુ વિરહાનુભવ માટે તે કર્તવ્ય છે. આવા સંન્યાસના બે લક્ષણો છે. **(૧) વિકલતા (૨) અસ્વસ્થતા.** મર્યાદા ભક્તિમાં તેના ગુરુ કૌણ્ડિન્ય ઋષિને તથા પુષ્ટિ ભક્તિમાં તેના ગુરૂ શ્રી ગોપીજનોને કહ્યા છે. તેમણે જે સાધન દ્વારા ભક્તિ કરી તે સાધન શ્રેષ્ઠ છે. (નિઃસાધન બની દીનતા દ્વારા) ભાવના કરવાથી ભાવ સિદ્ધ થાય છે. બીજું કોઈ સાધન ઈચ્છવા યોગ્ય નથી. જ્યારે ભક્ત નિઃસાધન થઈ દીન બને ત્યારે પ્રભુ પ્રત્યક્ષ થાય છે. જેઓ સંસારના વિષયોમાં જ રચ્યા પચ્યા હોય તેમને શ્રી ઠાકોરજીનો અનુભવ કોઈ કાળે થતો નથી. માટે ભક્તિ માર્ગમાં જ્યાં સુધી આપણે સાધન દશામાં છીએ ત્યાં સુધી સંન્યાસ સુખ આપનારો બનતો નથી.

ભગવાનના વિરહનો અનુભવ કરવા માટે સંન્યાસ લેવો તે પ્રશંસા પાત્ર છે. સંન્યાસીનો વેશ સાંસારિક સબંધોના કારણે ઊભી થનારી ઉપાધિઓમાંથી બચવા માટે છે. ભક્તિ માર્ગમાં બીજા કોઈ કારણ માટે તે ઉપયોગી નથી. સ્ત્રી-પુત્ર વગેરેનું જો બંધન ન હોય તો આવો વેશ જરૂરી નથી. શ્રી ગોપીજનોએ

સંન્યાસ ધારણ કર્યા વિના કેવળ નિઃસાધન દીનતાથી જ પ્રભુને પ્રાપ્ત કર્યા. વિરહ દશામાં જ્ઞાન અને ગુણો હૃદયમાં રહી શકતા જ નથી.

સંન્યાસથી પ્રબળ બનેલા (વધેલા) જ્ઞાન વડે મનુષ્ય સત્યલોકને પ્રાપ્ત કરે છે. પરંતુ જ્યાં ભાવના રૂપી ભક્તિ એજ સાધન છે ત્યાં સાક્ષાત્ પ્રભુ દર્શનની પ્રાપ્તિ એ જ ફળ છે.

ભક્તિ માર્ગમાં ભગવાન પોતે જ ફળ રૂપ છે. આ માર્ગમાં તેઓ વિઘ્નરૂપ બનતા નથી. ભગવાન દયાળુ છે તેથી ભક્તની વિરહ અવસ્થાને શાંત કરી, ભક્તનું વિકલપણું દૂર કરી તેને સ્વસ્થ કરી તેને મળનાર ઉત્તમ ફળને રોકતા નથી. આવો ભક્તિ માર્ગીય સંન્યાસ દુર્લભ છે, તે પ્રેમ વડે જ સિદ્ધ થાય છે. ભક્તિમાર્ગીય સંન્યાસ લેનારને ભગવાન પણ બાધા કરવાને

શક્તિમાન નથી. તો પછી દેશ, કાલ વગેરે સાધનો ક્યાંથી બાધા કરી શકે. જ્ઞાનીઓના ઉપદેશના વાક્યો દ્વ ારા પ્રભુ પોતાના ભક્તને મોહમાં નાખશે નહિ. દા.ત. ઉદ્ધ વજીએ ગોપીજનોને જ્ઞાનનો ઉપદેશ આપ્યો. પરંતુ ભગવાને ગોપીજનોને પોતાના સ્વરૂપાનંદનું દાન કર્યું હોવાથી ઉદ્ધવજીનું જ્ઞાન ગોપીજનોના વિરહ તાપ આગળ ટકી શક્યું નહિ.

આ પ્રમાણે શ્રી કૃષ્ણની કૃપાથી શ્રી વલ્લભે નિર્ણય કર્યો કે સંન્યાસ લેવો તો ભક્તિમાર્ગીય સંન્યાસ લેવો. બીજી રીતે સંન્યાસ લેનાર પતિત બને છે.

આ પ્રમાણે શ્રીમદ્ વલ્લભાચાર્યજીએ રચેલ સંન્યાસ નિર્ણય સંપૂર્ણ થયો.

નિરોધ લક્ષણમ્

આ ગ્રંથમાં નિરોધની પ્રથમ, માધ્યમ અને ઉત્તમ દશા, તેના સાધન તથા ફળનું નિરૂપણ કર્યું છે. નિરોધ એટલે મન કેવળ પ્રભુમાં લીન કરવું તે. (ભગવદાસક્ત થવું તે.)

(૧) **પ્રથમ દશા :** પ્રભુના વિયોગથી હૃદયમાં થતા તાપથી દુઃખ થાય તેવી ઈચ્છા કરવી. તેનું સાધન-ભગવદ્ ગુણગાન. તેનું ફળ-સંસારની વિસ્મૃતિ અને પ્રભુમાં સ્નેહની વૃદ્ધિ.

(૨) **મધ્યમ દશા :** અંતઃકરણના દોષો અને સંસારની આસક્તિ નાશ પામે. પ્રભુ દર્શનના સુખની ઈચ્છા થાય.
તેનું સાધન - ભગવદ્ ગુણગાન.
તેનું ફળ - હૃદયમાં બિરાજતા પ્રભુ કૃપા કરી બહાર પ્રગટ થાય.

(૩) **ઉત્તમ દશા :** વિરહ દશા પ્રાપ્ત થાય.
તેનું સાધન - કેવળ પ્રભુ કૃપા અને ભગવદ્ ગુણગાન.
તેનું ફળ - રસાનંદનું દાન.

આ નિરોધ જ સર્વથી શ્રેષ્ઠ છે. તેની બરોબરી બીજું કોઈ કરી શકે તેમ નથી.

(૧) ગોકુલમાં યશોદાજી અને નંદરાયજીને તથા ગોપીજનોને પ્રભુના વિરહનું જે દુઃખ થયું, તેવું દુઃખ મને પણ કોઈવાર થાઓ.

(૨) ગોકુલમાં ગોપીજનોને તથા બધા વ્રજવાસીઓને (પ્રભુના સંગનું) જે સુખ પ્રાપ્ત થયું તેવું સુખ ભગવાન મને શું આપશે ખરા ?

(૩) વૃંદાવનમાં તથા ગોકુલમાં ઉદ્ધવજી પધાર્યા ત્યારે ઘણો મોટો ઉત્સવ થયો હતો તેવો (રસમય આનંદપૂર્ણ) મહોત્સવ મારા મનમાં ક્યારેય થશે ?

(૪) જ્યાં સુધી મોટાઓની (વ્રજભક્તોની) કૃપાથી ભગવાન (આપણા ઉપર) દયા કરે ત્યાં સુધી આનંદ સાગર એવા પ્રભુની લીલાઓનું કીર્તન કરવું. તે ચોક્કસ સુખરૂપ થાય છે.

(૫) તેવી રીતે લૌકિક પુરુષોનું લૌકિક કીર્તન સુખ આપતું નથી.

(૬) ગોવિંદના ગુણગાનમાં જેવું સુખ મળે છે તેવું સુખ નિર્ગુણભક્તિમાં પ્રેમવાળા શ્રી શુકદેવજી વગેરે જ્ઞાનીઓના હૃદયમાં પણ પ્રકટતું નથી. તો તે સુખ (ભગવદ્ ગુણગાન સિવાય) બીજી કોઈ રીતે તો ક્યાંથી થાય ?

(૭) ભક્તજનોને (પોતાની પ્રાપ્તિ માટે) કલેશ પામતા (વ્યાકુળ બનતા) જોઈને જ્યારે પ્રભુ કૃપા કરે છે. ત્યારે હૃદયમાં રહેલા સંપૂર્ણ સદાનંદ (પૂર્ણ પુરુષોત્તમ) એવા ભગવાન બહાર પ્રગટ થાય છે.

(૮) પૂર્ણ આનંદમય એવા પ્રભુનો કૃપા રૂપી આનંદ પ્રાપ્ત થવો અતિ દુર્લભ છે. ભક્તોના હૃદયમાં રહેલા આવા પ્રભુ પોતાના ગુણોને ગવાતા સાંભળીને કૃપાથી પરિપૂર્ણ બની ભક્તોને પોતાના આનંદરૂપી રસમાં તરબોળ કરી દે છે.

(૯) તેથી સર્વનો (અહંતા-મમતાનો) પરિત્યાગ કરીને નિરોધપૂર્વક (કેવળ પ્રભુમાં મન લગાવીને) ભક્તોએ હંમેશાં સદાનંદરૂપ ભગવાનનો આશ્રય કરીને ભગવદ્ ગુણગાન અવશ્ય કરવું, તેથી સત્, ચિત્ત અને આનંદપણું - અક્ષર બ્રહ્મત્વ પ્રાપ્ત થાય છે.

ટૂંકમાં પ્રભુના ગુણોનું ગાન કરવામાં જ્ઞાન માર્ગ કરતાં પુષ્ટિ-ભક્તિ માર્ગ ઉત્તમ છે તેમ જાણીને, ઈર્ષા તથા લોભનો ત્યાગ કરીને સર્વદા પ્રભુનું ગુણગાન કરવું. જેથી પ્રભુના આનંદનો સ્પર્શ થાય છે. ભગવાનના સ્વરૂપનું હંમેશા ધ્યાન કરવું, કારણ કે સંકલ્પ માત્રથી (ભગવદ્-ભાવ વડે) તે ભગવદ્ સ્વરૂપમાં હંમેશાં સાક્ષાત્ પ્રભુનાં દર્શન અને તેમનો સ્પર્શ સ્પષ્ટ રીતે થાય છે. આવી જ રીતે હાથ-પગના કાર્યો પણ સ્પષ્ટ છે. (હાથ વડે ભગવદ્ સેવા કરવી અને પગ વડે ભગવદ્-દર્શન કે સામગ્રી માટે જવું) પુત્ર પ્રાપ્તિનો હેતુ પણ ભગવદ્ સેવામાં ઉપયોગી અને સહાયક થાય તેજ હોવો જોઈએ. શરીરના દરેક ભાગને સેવામાં જોડવા અને જે ઈન્દ્રિય ભગવત્ સેવાના કાર્યમાં ઉપયોગી ન જણાય તો તેનો વિશેષ સંયમ રાખવો.

આવા નિરોધથી ઉત્તમ બીજો કોઈ મંત્ર નથી, તેથી ઉત્તમ બીજું કોઈ સ્તોત્ર નથી, તેથી ઉત્તમ બીજી કોઈ વિદ્યા નથી, તેથી ઉત્તમ બીજું કોઈ તીર્થ નથી.

આ પ્રમાણે શ્રીમદ્ વલ્લભાચાર્યજીએ રચેલ નિરોધ લક્ષણ ગ્રંથ સમાપ્ત થયો.

સેવા ફલમ્

આ ગ્રંથમાં શ્રી મહાપ્રભુજીએ ત્રણ પ્રકારના જીવો પુષ્ટિ-પુષ્ટિ, પુષ્ટિ-મર્યાદા અને પુષ્ટિ-પ્રવાહીના અધિકાર ભેદના કારણે ત્રણ પ્રકારની સેવા અને તેના ત્રણ પ્રકારના પ્રતિબંધ તથા ત્રણ પ્રકારના ફળનું નિરૂપણ કર્યું છે.

પુષ્ટિ-પુષ્ટિ સેવાનું ફળ અલૌકિક સામર્થ્ય છે. પુષ્ટિમર્યાદા સેવાનું ફળ મોક્ષ (સાયુજ્ય મુક્તિ) છે. પુષ્ટિ-પ્રવાહી સેવાનું ફળ ગોલોક ધામમાં પ્રાપ્તિ અથવા સેવોપયોગી દેહની પ્રાપ્તિ છે.

આ ફળ મળવામાં ત્રણ વિઘ્નો આવે છે. (૧) ઉદ્વેગ (ચિંતા) (૨) પ્રતિબંધ (જીવકૃત અને ભગવત્ કૃત) (૩) લૌકિક ભોગ.

પ્રતિબંધ દૂર કરવાના ઉપાય :

(૧) ભગવદ્ ચિંતનથી ચિંતા દૂર થાય છે.

(૨) જીવકૃત પ્રતિબંધ બુદ્ધિ વડે દૂર થાય છે, ભગવત્ કૃત પ્રતિબંધનો કોઇ ઉપાય નથી.

(૩) લૌકિક ભોગ મન વડે અથવા ઘર વગેરેનો ભગવદ્ સેવામાં વિનિયોગ કરવાથી દૂર થાય છે.

આ માર્ગમાં કાળને નિયામક માન્યો નથી, કેવળ ભગવદ્ ઈચ્છા અને કૃપા જ નિયામક છે.

ભગવાનની જો કોઈ પણ પ્રકારે (સેવાના) ફળનું દાન કરવાની ઈચ્છા જ ન હોય તો તેનો બીજો કોઈ ઉપાય નથી. તે સમયે જીવ આસુરાવેશી છે એમ જાણવું તથા વિવેક રાખવો. (જ્ઞાન માર્ગમાં સ્થિતિ કરવી તે વિવેક છે. હરિ સર્વ સમર્થ છે. તેમની ઈચ્છા પ્રમાણે જ બધું કરે છે તેવું માનવું તેનું નામ વિવેક) આજ સાધન ઉપયોગી બને છે એમ શ્રી વલ્લભાચાર્યજીનો મત છે.

આમ ત્રણે પ્રકારની સેવાનાં ફળ અને તેનાં ત્રણ પ્રતિબંધો આપણા હાથની વાત નથી. તેથી વિવેક રાખી, ચિંતાનો ત્યાગ કરી શરણની (દૈન્યની) ભાવના કરવી. પુષ્ટિ માર્ગમાં ભગવાન ફળ આપવામાં વિલંબ કરતા જ નથી. ગુણોનો ક્ષોભ થાય ત્યારે પણ આ બાબત જ વિચારવી તેવો શ્રી વલ્લભાચર્યજીનો મત છે. આ બાબતમાં કોઈપણ જાતની શંકા ઉત્પન્ન થાય તે માત્ર ભ્રમરૂપ છે.

આ પ્રમાણે શ્રીમદ્ વલ્લભાચાર્યજીએ રચેલ સેવા ફલમ્ પૂર્ણ થયું.

સેવાફલ વિવરણમ્

સેવા ફલની ટીકા તે જ સેવા ફલ વિવરણમ્ છે. જે આગળ સમજાવ્યું છે.

શિક્ષા શ્લોકા

જ્યારે તમે કોઈપણ રીતે પ્રભુથી બહિર્મુખ થશો ત્યારે કલિકાલના પ્રવાહમાં રહેનારા તમારા દેહ, મન વગેરે તમારા ભગવદ્ ભાવનો સર્વ રીતે નાશ કરશે. તમને પ્રવાહી જીવોની જેમ અહંતા-મમતા યુક્ત સંસારમાં આસક્તિવાળા કરી દેશે આવું શ્રી વલ્લભાચાર્યજીનું મંતવ્ય છે.

ભગવાન શ્રી કૃષ્ણ લૌક્કિ નથી, અલૌક્કિ સર્વથી પર છે. માટે લૌક્કિ કાર્યના જેવી સેવાને અંગકાર કરતા નથી. ભગવદ્ સેવામાં આપણો ભાવ જ કેવળ એક માત્ર સાધન છે. ભગવાન શ્રી કૃષ્ણ જ આલોકમાં પણ આપણું સર્વસ્વ છે.

તે પ્રભુ જ આપણા આલોક અને પરલોકને સિદ્ધ કરશે. તેથી હંમેશાં પોતાન આત્મા કરતા પણ પ્રભુને પ્રિય ગણીને (સર્વાત્મ ભાવ વડે) આ ગોપીજન વલ્લભની સેવા કરવી. તેઓ જ આપણું સર્વ કંઇ અવશ્ય સિદ્ધ કરશે.

જો તમને શ્રીગોપીજન વલ્લભમાં વિશ્વાસ હશે તો તમે કૃતાર્થ છો. તમારે કોઈપણ પ્રકારનો શોક કરવાનું કારણ નથી.

આ પ્રમાણે શ્રી વલ્લભાચાર્યજીએ રચેલ
શિક્ષા શ્લોકા ગ્રંથ પૂર્ણ થયો.

જન્મવૈફલ્ય નિરૂપણાષ્ટકમ્

આ ગ્રંથમાં શ્રી હરિરાય મહાપ્રભુ સમજાવે છે કે કેવળ બ્રહ્મસબંધ લેવાથી આપણું કર્તવ્ય પુરું થઇ જતું નથી. આપણને મહામૂલો આ માનવ દેહ મળ્યો છે. તેમાંય પ્રભુ કૃપાથી દૈવી જીવન મળ્યું છે. તે નિરર્થક વેડફી નાખવું ન જોઇએ. પણ શ્રી ઠાકોરજીના મુખારવિંદ સ્વરૂપ શ્રી મહાપ્રભુજીનો આશ્રય, સુબોધિનિજીનું વાચન-શ્રવણ, શ્રી કૃષ્ણની સેવા, દુઃખ હરનાર શ્રીહરિનું નામ સ્મરણ, આત્મા સહિત સર્વ વસ્તુનું આત્મ નિવેદન વગેરે કરવું જોઇએ. તેમજ ભગવદ્ લીલાઓના ગુણાનુવાદ, મનન, ચિંતન વગેરે કરવું જોઇએ. પ્રભુ મિલનનો વિરહ તેમજ તેમાંથી જન્મતી દીનતા જેને પ્રાપ્ત નથી થઇ, તેમજ કૃષ્ણનો દ્રઢ આશ્રય કર્યો નથી, તેનો જન્મ નકામો જાય છે. જેમણે ભગવદ્ વાર્તા, ભગવદીયોની સેવા તેમજ ભગવદ્ ગુણગાન નથી કર્યા તેમજ જેમનું મન શ્રી કૃષ્ણ પ્રભુના અલૌકિક સૌંદર્યમાં આસક્ત થયું નથી, સંસાર ઉપર વૈરાગ્ય આવ્યો નથી, દુઃસંગનો સંપૂર્ણ ત્યાગ કર્યો નથી એમનો જન્મ પણ નકામો જાય છે. જેમણે પુષ્ટિમાર્ગીય નિષ્કામ અને નિર્ગુણ ભક્તિ કરી નથી, જેમણે બધા સાધનોનો ત્યાગ કરી નિઃસાધનતા કેળવી નથી. જેઓ અહંતા - મમતા રૂપી

સંસારને ભૂલી શક્યા નથી, જેઓ સ્વધર્મના આચરણમાં તત્પર નથી, જેમનું મન ધર્મ માર્ગમાં લાગ્યું નથી, ભક્તિ માર્ગીય ભક્તિ, જ્ઞાન કે વૈરાગ્યમાં જેમનું મન લાગ્યું નથી તેમનો જન્મ પણ નકામો છે.

અંતે જેમણે પોતાના સ્વામી શ્રીકૃષ્ણના દર્શન-મિલન માટે વિરહ કરી, તાપ કલેશના આનંદનો અનુભવ કર્યો નથી અને શ્રી ગોપીજનોને પ્રાપ્ત થયેલ પરમ ફળ રૂપી દીનતા જેમનામાં આવી નથી તેમનો જન્મ આ પૃથ્વી ઉપર નકામો જ છે.

આ પ્રમાણે શ્રી હરિરાયજી મહાપ્રભુએ રચેલ જન્મવૈફલ્ય નિરૂપણાષ્ટક સંપૂર્ણ થયો.

પંચ શ્લોકી

આ ગ્રંથનો સમાવેશ ષોડશગ્રંથમાં કરવામાં આવ્યો નથી. ષોડશ ગ્રંથમાં નિરૂપેલા સ્વમાર્ગના સર્વ સિદ્ધાંતો ટૂંક સાર રૂપે આ નાનકડા ગ્રંથમાં આપી દીધા હોય તેમ લાગે છે.

પ્રભુમાં સર્વાત્મભાવ (સર્વ સારૂં જ કરશે એવો ભાવ, સર્વ સમર્થ છે એવો ભાવ) રાખવો અને એ ભાવ ટકાવી રાખવા જરૂર પડે ઘરનો ત્યાગ કે ઉપયોગ કરવો. પ્રભુ બધા જ અનર્થોમાંથી છોડાવે છે તેથી તેઓ ઘરના કારણે ઉભા થનાર દુ:ખોમાંથી પણ તેમના શરણે ગયેલ ભક્તને અવશ્ય છોડાવે છે.

દુ:સંગ સર્વાત્મભાવનો નાશ કરે છે માટે એકાંત સેવવું અથવા ભગવદ્ ભક્તોનો સત્સંગ કરવો. જો કુટુંબીજનો સેવામાં અનુકૂળ હોય તો એમની સહાય અવશ્ય લેવી, ઉદાસીન હોય તો જાતે જ સેવા કરવી. અને અંતરાય રૂપ હોય તો ઘરનો ત્યાગ કરવો.

પ્રભુ મારા સ્વામી છે. તેમને જે સારું લાગશે તે વિચારી અવશ્ય મારૂં ભલું જ કરશે તેવો દ્રઢ વિશ્વાસ રાખવો. આપણા આચાર-વિચારમાં સંપૂર્ણ દીનતા રાખવી. આમ શરણાગતિ સ્વીકારી પ્રભુનું દ્રઢ શરણ રાખવું.

આ પ્રમાણે શ્રીમદ્ વલ્લભાચાર્યજીએ રચેલ પંચ શ્લોકી ગ્રંથ સંપૂર્ણ થયો.

શ્રી વલ્લભ વાણીનું સેવન

શ્રી મહાપ્રભુજી, શ્રી ગુંસાઈજીના ગ્રંથો-વાણી સ્વરૂપે આપણા ઘરમાં બિરાજે છે. તે ગ્રંથોનો શ્રદ્ધા અને વિશુદ્ધ બુદ્ધિપૂર્વક નિયમથી દરરોજ પાઠ કરવો. અર્થ સમજીને પાઠ કરવા, પણ કદાચ અર્થ ન સમજાય તો પણ શ્રદ્ધા પૂર્વક પાઠ કરવા.

- શ્રી પુરુષોત્તમ સહસ્ત્ર નામથી શ્રી ભાગવતના પાઠનું ફળ મળે છે.
- ત્રિવિધ નામાવલીના પાઠથી દસમ સ્કંધના પાઠનું ફળ મળે છે.
- શ્રી સર્વોત્તમ સ્તોત્ર વૈષ્ણવોની ગાયત્રી છે.
- ષોડશ ગ્રંથોનો પણ વૈષ્ણવે નિત્ય પાઠ કરવો. આ તો વલ્લભ-ગીતા છે.
- શ્રી સુબોધિનીજી વાંચવા, સાંભળવા અને સમજીને મનન કરવું.
- શ્રી મહાપ્રભુજીએ આપેલા અષ્ટાક્ષર અને પંચાક્ષર મંત્રનો દરરોજ બને તેટલો જપ, દીનતા અને એકાગ્રતાપૂર્વક કરવો.
- અષ્ટાક્ષર મંત્રના જપથી શરણાગતિ સિદ્ધ થાય છે. પંચાક્ષર મંત્રના જપથી વિપ્રયોગભાવ સિદ્ધ થાય છે.

શ્રી વલ્લભનું વાઙ્‌મય સ્વરૂપ ષોડશ-ગ્રંથ

જેમ શ્રીભાગવતજી શ્રી ગોવર્ધનનાથજીનું વાઙ્‌મય સ્વરૂપ છે તેમ ષોડશ ગ્રંથ શ્રી મહાપ્રભુજીનું વાઙ્‌મય સ્વરૂપ છે. શ્રીહરિ રાયજી નીચેના પદમાં આ રહસ્ય સમજાવે છે.

કરિ મન શ્રી વલ્લભ અંગન ધ્યાન
વામ ચરણ 'કૃષ્ણાશ્રય' હોય કે
દક્ષિણ ચરન 'સિધ્ધાંત' લખાન ॥૧॥

વામ ઉર 'નવરત્ન' કહિયે
દક્ષિણ ઉર 'ભક્તિવર્ધિની' જાન।
વામભુજા 'વિવેકધૈર્ય' જાનિકે
દક્ષિણભુજા 'પુષ્ટિપ્રવાહમર્યાદા' માન ॥૨॥

નાભિ 'અંતઃકરણ' કહિયે
'સિધ્ધાંત મુક્તાવલિ' હૃદય આજ।
'બાલબોધ' શ્રીમુખારવિંદમેં
'જલભેદ' કંઠ હરિ ગુનગાન ॥૩॥

'સંન્યાસનિર્ણય' ભાલ જુ ઝલકે
મસ્તક'નિરોધ' પ્રમાન।
'યમુનાષ્ટક' 'ચતુઃશ્લોકી'દક્ષિન અંગ
વામઅંગ'સેવાફલ' ઔર 'પંચપદ્યજાન' ॥૪॥

નિત્ય પ્રતિ ક્ષનુ ક્ષનુ સુમિરન કિજૈ
'રસિક' શ્રી વલ્લભ ઉર આન ॥૫॥

ભગવાનનાં આઠેય પ્રહરના દર્શન શા માટે કરવા જોઈએ ?

(૧) મંગળાના દર્શન કરવાથી દરિદ્રતાનો નાશ થાય છે.
(૨) શૃંગારના દર્શન કરવાથી સ્વર્ગલોક મળે છે.
(૩) ગ્વાલના દર્શન કરવાથી પ્રતિષ્ઠામાં વધારો થાય છે.
(૪) રાજભોગના દર્શન કરવાથી ભાગ્ય પ્રબળ બને છે.
(૫) ઉત્થાપનના દર્શન કરવાથી ઉત્સાહમાં વધારો થાય છે.
(૬) ભોગના દર્શન કરવાથી ભરોસામાં વધારો થાય છે.
(૭) સંધ્યા આરતીના દર્શન કરવાથી સ્વાર્થી બનાતું નથી.
(૮) શયનના દર્શન કરવાથી શાંતિ રહે છે.